പള്ളിവേട്ട

pallivetta
novel

•

araykkal abdulkhader

•

first edition
april 2019

•

typesetting
sreebhadra, thiruvananthapuram

•

published
chintha publishers, thiruvananthapuram

•

cover
sureshbai

വിതരണം

ദേശാഭിമാനി ബുക്ക് ഹൗസ്
H O തിരുവനന്തപുരം-695 035
phone: 0471-2303026, 6063026
www.chinthapublishers.com
chinthapublishers@gmail.com

ബ്രാഞ്ചുകൾ

ഹെഡ്ഡാഫീസ് ബ്രാഞ്ച് കുന്നുകുഴി • സ്റ്റാച്യു തിരുവനന്തപുരം • കെ എസ് ആർ ടി സി ബസ് സ്റ്റേഷൻ ആലപ്പുഴ • കെ എസ് ആർ ടി സി ബസ് സ്റ്റേഷൻ എറണാകുളം • മച്ചിങ്ങൽ ലെയ്ൻ തൃശൂർ • ഐ ജി റോഡ് കോഴിക്കോട് • മാവൂർ റോഡ് കോഴിക്കോട് • എൻ ജി ഒ യൂണിയൻ ബിൽഡിങ് കണ്ണൂർ • സെൻട്രൽ ബസ് ടെർമിനൽ കോംപ്ലക്സ് താവക്കര കണ്ണൂർ

CO - 2762 / 4978
ISBN - 978-93-88485-37-1

പള്ളിവേട്ട

(നോവൽ)

അറയ്ക്കൽ അബ്ദുൾഖാദർ

ചിന്ത പബ്ലിഷേഴ്സ്
തിരുവനന്തപുരം-695 035

അറയ്ക്കൽ അബ്ദുൾഖാദർ

1948 ആഗസ്ത് 31 ന് തൃശൂർ ജില്ലയിൽ കൊരട്ടിയിൽ ജനനം. വീട്ടുകാരും ബന്ധുക്കളും അയൽക്കാരുമെല്ലാം അന്തുക്കായി എന്ന് വിളിക്കുന്നു. പിതാവ്: അറയ്ക്കൽ ഹൈദ്രോസ്. മാതാവ്: തേമാലിപ്പറമ്പിൽ സൈനബ. ഇവരുടെ പത്തു മക്കളിൽ ഏറ്റവും ഇളയ പുത്രൻ കൊരട്ടിയിലെ ചർച്ച് എൽ പി സ്കൂളിലും എം എ എം ഹൈസ്കൂളിലും എസ് എസ് എൽ സി വരെ പഠനം. തുടർന്നു ആലുവ യു സി കോളേജിൽ പ്രീഡിഗ്രി. അവിടെത്തന്നെ ബി എ സൈക്കോളജിക്കു ചേർന്നുവെങ്കിലും തപാൽ വകുപ്പിൽ ക്ലാർക്ക് ആയി ജോലി കിട്ടിയതിനാൽ പഠനം നിർത്തി. പിന്നീട് വിദൂര വിദ്യാഭ്യാസം വഴി അണ്ണാമല യൂണിവേഴ്സിറ്റിയിൽനിന്ന് ബി എ പൂർത്തിയാക്കി. 1970 ൽ ആർമി തപാൽ സർവ്വീസിലേക്ക് ഡെപ്യൂട്ടേഷൻ. തുടർന്നുള്ള ആറു വർഷം ആർമിയിൽ വാറണ്ടോഫീസർ തസ്തികയിൽ. ഇക്കാലത്തു എഴുതിയ നോവലാണ് *പള്ളിവേട്ട*. ഡെപ്യൂട്ടേഷൻ കഴിഞ്ഞു സിവിൽ പോസ്റ്റാഫീസിലേക്കു തിരിച്ചുവന്ന ശേഷം വിവാഹം. എറണാകുളം ജില്ലയിലെ ചാത്തനാട് ലൂയിസ് ഡിക്കോത്തിന്റെയും റോസിന്റെയും മകൾ മേഴ്സിയാണ് ഭാര്യ. രണ്ടു മക്കൾ. 2008 ആഗസ്ത് 31 ന് വടക്കാഞ്ചേരി ഹെഡ് പോസ്റ്റാഫീസിലെ പോസ്റ്റ്മാസ്റ്റർ തസ്തികയിൽ നിന്ന് റിട്ടയർ ചെയ്തു.

വിലാസം : അറയ്ക്കൽ അബ്ദുൾ ഖാദർ
റിട്ടയേർഡ് പോസ്റ്റ് മാസ്റ്റർ
പിലക്കാട് പി ഒ പരവൂർ
തൃശൂർ ജില്ല
Email : arakkalabdulkhadar@gmail.com

പ്രസാധകക്കുറിപ്പ്

പട്ടാളക്കഥകൾ മലയാളികൾക്ക് എക്കാലത്തും പ്രിയപ്പെട്ടതായിരുന്നു. നന്ദനാരും പാറപ്പുറത്തും കോവിലനും ഏകലവ്യനുമൊക്കെ ഈ രംഗത്ത് ശ്രദ്ധേയരായ എഴുത്തുകാരാണ്. പട്ടാള ബാരക്കുകളിൽ ത്രസിക്കുന്ന ജീവിതങ്ങളും ജീവിതമെന്ന ബൃഹദ് ആഖ്യാനത്തിനകത്തുതന്നെയാണല്ലോ സ്ഥിതിചെയ്യുന്നത്. പട്ടാളത്തിനകത്തും സ്നേഹവും വിദ്വേഷവും പകയും വഞ്ചനയുമുൾപ്പെടെ സകല മനുഷ്യഭാവങ്ങളും നിറഞ്ഞാടുന്നുണ്ട്. പുറമേ കാണുന്ന അച്ചടക്കത്തിന്റെ ഇരുമ്പു മറയ്ക്കുള്ളിൽ മനുഷ്യനു മെരുങ്ങാത്ത കാമനകളുമായി നിരന്തരം സംഘർഷത്തിലേർപ്പെടുന്നവരുടെ കഥയാണിത്. മിത്തിന്റെ ചാരുതയ്ക്കുള്ളിൽ ഒരു പട്ടാളക്കഥ! തികച്ചും നൂതനമായ സങ്കേതമാണ് ഈ നോവലിൽ ഉപയോഗിച്ചിരിക്കുന്നത്.

ചിന്ത പബ്ലിഷേഴ്സ്

ഒന്ന്

ചൂട്.

മരുഭൂമിയിലെ വരണ്ട ചൂട്.

ഈ ചൂട് മനുഷ്യനെ തളർത്തുന്നില്ല.

സൂര്യൻ ഉദിച്ചുയരുന്നതോടെ ചൂടും കുതിച്ചുയരുന്നു:

ശരീരത്തിന്. മനസ്സിന്. അവയുടെ ഗതിക്കൊത്തൊഴുകുന്ന രക്തത്തിന്.

“ശർമ്മാ, ഓ ശർമ്മാ”

മേം സാബിനും ചൂട് കയറിത്തുടങ്ങി എന്നു തോന്നുന്നു. അടുക്കളയിൽ കറിക്ക് അരിഞ്ഞുകൊണ്ടിരുന്ന ശർമ്മ മനസ്സിൽ പറഞ്ഞു.

മിസ്സിസ് തൃപ്താരത്തൻ

മേജർ രത്തൻ സിങ്ങിന്റെ ഭാര്യ.

തുടുത്ത മാറിടം നഗ്നമാക്കി കിടപ്പുമുറിയിലെ കട്ടിലിൽ കിടന്നുകൊണ്ടവൾ വിളിച്ചു.

“ശർമ്മാ, ഓ ശർമ്മാ.”

മേജർ രത്തൻ സിങ്ങിന്റെ ബൂട്ടുബോയിയായ ഓം പ്രകാശ് ശർമ്മ എന്ന ബലിഷ്ഠകായനായ പട്ടാളക്കാരൻ അനുസരണയോടെ വിളികേട്ടു.

“ജി മേം സാബ്”

“ഇധർ ആവോ”

അവൻ അനുസരണയോടെ ചെന്നു.

കനം കുറഞ്ഞ വാതിൽക്കർട്ടൻ. അതിന്റെ നടുവിലായി ഗർജ്ജിക്കുന്ന സിംഹരാജൻ. എംബ്രോയിഡറിയിൽ തീർത്തത്. പലപ്പോഴും വിചാരിച്ചിട്ടുള്ളതാണ്. ഒന്നു ചോദിക്കണം. എന്തിനാണ് എല്ലാ തുണികളിലും ഇങ്ങനെ സിംഹത്തിന്റെ ചിത്രം തുന്നിവയ്ക്കുന്നത്. അതിന്റെ ആവർത്തന

വിരസത അനുഭവപ്പെടാത്തതെന്ത്?

അകത്തു നിന്നു വീണ്ടും ശബ്ദം.

"അന്തർ ആവോ യാർ."

താൻ പലവട്ടം ആസ്വദിക്കുകയും ആസ്വദിപ്പിക്കുകയും ചെയ്ത തൃപ്താരത്തനെന്ന യജമാനത്തി അകത്ത്. ഇടയിൽ അർദ്ധതാര്യമായ പർദ്ദ. അതിന്റെ ഇളം റോസ് നിറത്തിലൂടെ മേംസാബിന്റെ നഗ്നമായ ശരീരം. മനോഹരമായ മാർബിൾ പ്രതിമയ്ക്ക് ഇളം റോസ് നിറം കൊടുത്തപോലെ.

ഇര കണ്ടെത്തിയപോലെ, പർദ്ദയിലെ സിംഹരാജൻ തുറിച്ചു നോക്കുന്നു. തന്നെത്തന്നെ.

ഇനിയും തന്നെക്കൊണ്ട് ഇത് ആവുകയില്ല എന്ന് പറയണമെന്ന് കുറെ ദിവസമായി വിചാരിക്കുന്നു. ആഗ്രഹമില്ലാഞ്ഞിട്ടല്ല. ഭയം. ഒരു ദിവസം പിടിക്കപ്പെടും. താൻ ശിപായിയാണ്. അതുകൊണ്ട് ശിക്ഷകിട്ടുന്നത് തനിക്കു മാത്രവുമായിരിക്കും.

മേം സാബാണെങ്കിൽ വല്ലാത്തൊരു സ്ത്രീ തന്നെ. വാതിൽ മലർക്കെ തുറന്നിട്ടുകൊണ്ടേ ഇതാകാവൂ എന്നു നിർബ്ബന്ധമാണ്. ആരെങ്കിലും കയറിവന്നാൽ?...

ഇന്നു പറയുക തന്നെ.

"മേം സാബ്, ഇപ്പോൾത്തന്നെ പലരും കുശുകുശുക്കാൻ തുടങ്ങിയിരിക്കുന്നു. എന്നെ നിർബ്ബന്ധിക്കരുത്. എനിക്ക് അതിനു കഴിയുകയില്ല. എന്നോടു ക്ഷമിക്കൂ."

അവൾ കട്ടിലിൽ നിന്നെണീറ്റു. കർട്ടൻ നീക്കി. അവന്റെ കൈയ് ഗ്രസിച്ചുകൊണ്ട് അവൾ കെഞ്ചി:

"ശർമ്മാജി, പ്ലീസ്. ഇന്നുകൂടെ മാത്രം. പ്ലീസ്, പ്ലീസ് വൺസ്, ഓൺലി വൺസ്."

കറങ്ങുന്ന പങ്കയ്ക്കു കീഴെ ശരീരങ്ങൾ വിയർത്തു. പങ്കയുടെ തിളങ്ങുന്ന അടിപ്ലേറ്റിൽ കണ്ണുനട്ടു കൊണ്ട് തൃപ്താരത്തൻ ചെവിയോർത്തു.

സിംഹരാജന്റെ ഗർജ്ജനം കേൾക്കുന്നുണ്ടോ?

സിംഹമോ

ഈ മണൽക്കാട്ടിലോ

.... മരങ്ങൾ തിങ്ങി ഇരുട്ടു കട്ടപിടിച്ചു കിടക്കുന്ന കാട്. താഴ്വരയിൽ ഗ്രാമം. അവിടെ മാത്രമേ മൃഗരാജന്റെ അലർച്ച കേൾക്കാനാവൂ.

ആരും പറഞ്ഞു തരേണ്ടതില്ല.

ഒന്നും മറന്നിട്ടില്ല.

അമ്മ ചോദിക്കുന്നു

"തൃപ്തമോള് എവ്ട്യാ ഒറങ്ങണേ?"

"ഞാം മുത്തശ്ശീടെ കൂടേ ഒറങ്ങണൊള്ളൂ."

"പെണ്ണിന്റെ ഒരു മുത്തശ്ശി. ഞാൻ അമ്മയാന്ന് പറഞ്ഞോണ്ടു നടക്കാമ്മാത്രം. അവള് ഒരു ദെവസോങ്കിലും ന്റെ കൂടെക്കെടന്ന് ഒറങ്ങീ

ട്ട്ണ്ടോ."

"ന്നാ അമ്മേം കത പറഞ്ഞു താ. മുത്തശ്ശീടെ മാതിരിത്തെ കത."

അവിടെ അമ്മ തോല്ക്കുന്നു. മുത്തശ്ശി തൊണ്ണു കാട്ടി ചിരിക്കുന്നു.

"നീ ന്തൊക്കെപ്പറഞ്ഞാലും അവള് ന്റെ മോളാടീ."

ഗീർവനത്തിന്റെ താഴ്‌വര. ഗ്രാമത്തിൽ, ജമിന്ദാരുടെ വർണ്ണപ്പകിട്ടാർന്ന മാളിക. മുത്തശ്ശിയുടെ ചുളിഞ്ഞു നീണ്ട കവിൾത്തൊലി വലിച്ചു നീട്ടിക്കൊണ്ടവൾ പറയുന്നു.

"മുത്തശ്ശി ന്നാള് പറഞ്ഞ കത പറ. പെണ്ണിന്റേം 'സിംഗ'ത്തിന്റേം."

കൊച്ചു കുട്ടികളോട് ആ കഥ പറഞ്ഞുകൂടാത്തതാണെന്ന് മുത്തശ്ശി വിശ്വസിച്ചിരുന്നു.

ഒരു ദിവസം എങ്ങനെയോ വായിൽനിന്നു വീണു പോയി. ഇന്നും അറിയാതെ നാവിൽ നിന്നു വീണതുതന്നെ.

"മോക്ക് മുത്തശ്ശി ഒരു പെണ്ണിന്റേം സിംഗത്തിന്റേം കത പറഞ്ഞ രാംട്ടോ."

"എന്നാ പറ."

"അതു കുഞ്ഞുമക്കളോട് പറയാൻ പാടില്ലാത്ത കഥയാണ്."

മുത്തശ്ശി പെട്ടെന്നു പറഞ്ഞു.

"ആ കത മോള് ഒരുപാട് കേട്ടതല്ലേ. ഇനി വേറെ കത പറയാം."

"വേണ്ടാ, വേണ്ടാ. അതന്നെ മതി."

"അയ്യോ ആ കത എപ്പളും പറയാമ്പാടില്ല."

"എങ്കി ഞാം പെണക്കോണ്."

പിന്നെ കരച്ചിൽ പൊട്ടും. ഉറക്കെയല്ല വിങ്ങി വിങ്ങി.

മുത്തശ്ശി തോല്ക്കും. അപ്പോൾ 'കത' വരും.

ലോകത്തിലേക്ക് വച്ച് ഏറ്റവും വലിയ സിംഹങ്ങളുള്ളത് ഗീർവനങ്ങളിലാണ്. ലോകത്തിലെ സർവ്വ സിംഹങ്ങളുടെയും രാജാവായ ഗിരാഗന്റെ ആസ്ഥാനം ഇവിടെയാണ്. ഗിരാഗനാണ് ഗീർവനത്തിലെ ഏറ്റവും വലിയ സിംഹം.

സുഭിക്ഷമായി ആഹരിച്ച് സുഖമായി ഉറങ്ങുക. അതാണ് മൂപ്പർക്ക് ഏറ്റവും ഇഷ്ടപ്പെട്ട കാര്യം. ചെറിയ ഒരു അനക്കമുണ്ടായാൽ മതി. അവന്റെ ഉറക്കത്തിനു ഭംഗം വരാൻ. അതുകൊണ്ട് ഗീർവനത്തിലൊരു നിയമം പാസാക്കി. യാതൊരു മൃഗങ്ങളും ഉറക്കെ ശബ്ദിക്കാൻ പാടില്ല. പ്രത്യേകിച്ചും സിംഹങ്ങൾ.

കിളികൾക്കു മാത്രം മധുരമായി പാടാനുള്ള അനുവാദമുണ്ടായിരുന്നു. ഉണർത്തുപാട്ടുകളായിരിക്കരുതെന്നു മാത്രം.

ഗിരാഗന്റെ ഗുഹക്കോട്ടയടക്കമുള്ള പ്രദേശങ്ങളുടെ സംരക്ഷണച്ചുമതല ജമീന്ദാർക്കായിരുന്നു.

അക്കാലത്ത്, കച്ചവടത്തിനെന്നും പറഞ്ഞു കടൽ കടന്നുവന്ന പൂച്ചക്കണ്ണന്മാർ ഗീർവനത്തിൽ ധാരാളമായി വേട്ടയ്ക്കു വരുമായിരുന്നു. അവർ

ഗിരാഗനെപ്പറ്റി അനേകം കഥകൾ കേട്ടിരുന്നു.

ഉഗ്രപ്രതാപിയായ ഗജരാജനേക്കാൾ അതികായനാണത്രേ ഗിരാഗൻ!

അവന്റെ ചലനം ഭൂമിയെ കുലുക്കുകയും ഗർജ്ജനം ദിഗന്തങ്ങളെ നടുക്കുകയും ചെയ്യുന്നു!

എങ്കിൽ, അവൻ ഒരു അത്ഭുതജീവി തന്നെ. ഇത്തരം ഒരപൂർവ്വ ജന്തുവിനെ തോക്കിനിരയാക്കുന്നവനെപ്പറ്റി ജനങ്ങൾ പുകഴ്ത്തിപ്പാടും. അവനാണു വീരൻ.

സുന്ദരികൾ മനസ്സിൽ മൊഴിയും: 'അവനാണ് ഇന്നിന്റെ വീരൻ. അവനാണെന്റെ വരുംകാല മാരൻ.'

ആ പട്ടം പിടിച്ചു പറ്റാൻ പൂച്ചക്കണ്ണന്മാർ മത്സരിച്ചു. അംബര ചുംബികളായ വൃക്ഷത്തലപ്പുകളിലവർ കൂടുകെട്ടിക്കാത്തിരുന്നു. ഇരട്ടക്കുഴൽത്തോക്കിന്റെ ഫോർസൈറ്റ് ബ്ലേഡും ബാക്ക് സൈറ്റ് 'യൂ'വും ഒന്നായിച്ചേരുമ്പോൾ കാഞ്ചി വലിയുന്നു. സിംഹം ചത്തുവീഴുന്നു. എന്നിട്ടും രാജാസിംഹത്തെ അവർക്കു കണ്ടു കിട്ടിയില്ല.

ദിവസമെന്നോണം സിംഹപ്രജകൾ കൊല്ലപ്പെടുകയാണ്. ഈ നിലയ്ക്കുപോയാൽ ഗീർവനത്തിൽ സിംഹത്തിന്റെ വംശം തന്നെ കുറ്റിയറ്റുപോകും. തോക്കുമായി വരുന്ന പൂച്ചക്കണ്ണന്മാരെ നേരിട്ട് എതിർക്കുക അസാദ്ധ്യം. ആലോചിച്ചാലോചിച്ച് സിംഹരാജന് ഉറക്കമില്ലാതായി. ഭക്ഷണത്തിലും താല്പര്യമില്ലാതായി. വല്ലപ്പോഴും കണ്ണ് അല്പമൊന്ന് അടയ്ക്കാൻ തുടങ്ങുമ്പോഴേക്കും ഇരട്ടക്കുഴൽതോക്കിന്റെ ശബ്ദം തട്ടിഉണർത്തുകയായി.

അനേക ദിവസങ്ങൾ ഉറക്കമില്ലാതിരുന്നതുകൊണ്ട് കനം തൂങ്ങുന്ന കൺപോളകളുമായി അവൻ ഇറങ്ങി നടന്നു. രക്ഷാധികാരിയായ ജമീന്ദാരെ നേരിൽക്കണ്ടു സങ്കടമുണർത്തിക്കുക തന്നെ.

അവന്റെ ചലനത്തിന് കാറ്റിന്റെ വേഗത ഉണ്ടായിരുന്നില്ല. ആകെ തളർന്ന് അവശനായിരുന്നു അവൻ.

ഒരബലയുടെ രോദനം

അവന്റെ കർണ്ണങ്ങൾ കർമ്മനിരതങ്ങളായി.

കാലുകൾ ചലിച്ചു

നദിക്കപ്പുറം, കുറ്റിക്കാടിന്റെ മറവിൽ ജമീന്ദാറുടെ പുത്രി, ആടകളഴിക്കാൻ വെമ്പുന്ന വെളുത്ത തൊലിയുള്ള കൈകളെ തട്ടിമാറ്റാൻ ശ്രമിച്ചുകൊണ്ട് കരയുന്നു.

തന്റെ സംരക്ഷകന്റെ പുത്രി ആക്രമിക്കപ്പെട്ടിരിക്കുന്നു. അവളുടെ ജീവനേക്കാൾ വിലപ്പെട്ട കന്യകാത്വം ഇതാ നഷ്ടപ്പെടാൻ പോകുന്നു.

അവൻ ഗർജ്ജിച്ചു

ദിഗന്തങ്ങൾ നടുങ്ങി

അവൻ ചലിച്ചു

ഭൂമി കുലുങ്ങി.

ഭയന്നു വിറച്ച വെളുത്ത തൊലിക്കാരൻ സുരക്ഷിതത്വം തേടി ഓടി.

മകളുമൊത്ത് നദിയിൽ കുളിക്കാൻ പോയ തോഴികൾ അവളെ കൂടാതെ മടങ്ങി എത്തിയിരിക്കുന്നു. അവളെ വെള്ളക്കാരൻ പിടിച്ചു കൊണ്ടു പോയീപോലും. അവരെയൊക്കെ ഇരട്ടക്കുഴലുള്ള തോക്കുകാട്ടി വിരട്ടി ഓടിച്ചുപോലും.

എങ്കിൽ, എങ്കിലവന്റെ ശവം ഇന്ന് ഈ നദിയിലൊഴുകി നടക്കും. ജമീന്ദാർ കലി തുള്ളി. ഇരട്ടക്കുഴലുള്ള തോക്കുമെടുത്ത് ഇറങ്ങി.

നടയിറങ്ങിയതേയുള്ളൂ. അതാ ഭൂമി കുലുങ്ങുന്നു.

വിശ്വസിക്കാൻ കഴിഞ്ഞില്ല.

അകലെനിന്നു പറന്നു വരുന്നത് ഗിരാഗനാണ്. അവന്റെ ദംഷ്ട്രങ്ങളിൽ കൊരുത്തുപിടിച്ച വെളുത്ത തൊലിയുള്ള മനുഷ്യൻ. മുതുകിൽ ഒരു കന്യക. തന്റെ മകൾ സിംഹരാജന്റെ പുറത്ത് സുരക്ഷിതയായിരിക്കുന്നു.

ഗിരാഗൻ ജമീന്ദാർക്കു മുമ്പിൽ കൈകൾ നിവർത്തിവച്ച് കുനിഞ്ഞു തൊഴുതു. വെള്ളക്കാരന്റെ ജഡം ജമീന്ദാരുടെ കാല്ക്കൽ കാഴ്ചവച്ചു.

കന്യക ഓടിച്ചെന്ന് അച്ഛനെ ആശ്ലേഷിച്ചു.

കണ്ണുകളിൽ ഹർഷ ബാഷ്പം . ഇടറുന്ന തൊണ്ട. അയാൾ പറഞ്ഞു.

“ഇനി നിന്റെ വംശത്തിൽ ഒറ്റയൊന്നിനെ ഇവന്മാർ കൊല്ലുകയില്ല. അതിനു ഞാൻ അനുവദിക്കുകയില്ല. നീ എന്റെ മകളുടെ മാനവും ജീവനും രക്ഷിച്ചിരിക്കുന്നു. ഇനി നിന്നെയും നിന്റെ വംശത്തെയും ഞാൻ രക്ഷിക്കും. പകരം നീ ഞങ്ങളുടെ കന്യകകളെ കാക്കുക. അപകടത്തിന്റെ മണം പരക്കുമ്പോൾ നീയൊന്ന് ഒച്ചയിട്ടാൽ മതി. ഞങ്ങളവിടെ പാഞ്ഞെത്തിക്കൊള്ളാം.”

കരാറംഗീകരിച്ചതുപോലെ, ഗിരാഗൻ വീണ്ടും കൈകൾ നീട്ടിവച്ച് ശരീരം കുനിച്ച് ജമീന്ദാരെ നമസ്കരിച്ചു.

അതിൽപ്പിന്നെ ഗീർവനത്തിന്റെ താഴ്‌വരയിൽനിന്ന് സിംഹങ്ങൾ ഗർജ്ജിച്ചിരുന്നത് ജമീന്ദാർ കന്യകകളുടെ ചാരിത്ര്യം സംരക്ഷിക്കുന്നതിന് മാത്രമായിട്ടാണ്.

തൃപ്താരത്തൻ ആശയോടെ ചെവിയോർത്തു. ഉണ്ടോ. ഉണ്ടോ. ഗിരാഗന്റെ ഗർജ്ജനം അകലെയെങ്ങാൻ കേൾക്കുന്നുണ്ടോ?

“ശർമ്മാ.”

ഒരു ഗർജ്ജനം.

അവൾ ആഹ്ലാദിച്ചു. അതാ, അതാ ഗിരാഗന്റെ ഗർജ്ജനം.

എന്റെ പ്രിയപ്പെട്ട ഗിരാഗൻ, നീ വന്നു. നീ വന്നു.

ശർമ്മ ഞെട്ടലോടെ തലയുയർത്തി.

മേജർ രത്തൻ സിങ്ങിന്റെ ചുവന്ന കണ്ണുകളും വിറയ്ക്കുന്ന മീശയും തുറന്ന വായും മാത്രം അവൻ കണ്ടു.

രണ്ട്

നോട്ടമെത്താവുന്നതിനുമപ്പുറം പരന്നു കിടക്കുന്ന മരുഭൂമി. ചക്രവാള സീമവരെ അതങ്ങനെ വിജനമായിക്കിടക്കുന്നു. എന്നു പറയാനാവില്ല. തന്റെ കൂടാരത്തിന് അപ്പുറവും ഇപ്പുറവും കൂടാരങ്ങളുണ്ട്. അവയിൽ തുടിക്കുന്ന ഹൃദയവും വിശക്കുന്ന പേശികളുമുള്ള യന്ത്രമനുഷ്യരുണ്ട്. അവരെച്ചുറ്റിപോകുന്ന കമ്പിവേലിയുണ്ട്. അതിനപ്പുറം ചുവന്ന മാർബിൾ ഫലകത്തിൽ നിർമ്മിച്ച യുദ്ധസ്മാരകമുണ്ട്. അതിനപ്പുറമോ? മരുഭൂമിയുടെ ആത്മാക്കളായ മണൽത്തരികൾ അന്തിയുറങ്ങുന്നു. കാറ്റിലുണർന്നു പറന്ന് മനുഷ്യരുടെ ശ്വാസകോശങ്ങളിലും കൺപീലികളിലും കുടിയേറിപ്പാർക്കുന്നു.

വാറണ്ടോഫീസർ രാജൻ നിവാർ വരിഞ്ഞ കട്ടിലിൽ അലസമായങ്ങനെ കിടന്നു.

“ഗുഡ്മോണിങ് രാജൻ സാബ്. സാബിനിയും എണീറ്റില്ലേ? ഞങ്ങളൊക്കെ പി ടി കഴിഞ്ഞെത്തിയല്ലോ?” സുബേദാർ മേജർ കടന്നു വന്നു.

“ഗുഡ്മോണിങ് സാബ്” രാജൻ പിടഞ്ഞെണീറ്റുകൊണ്ട് സുബേദാർ മേജറെ പ്രത്യഭിവാദ്യം ചെയ്തു. പിന്നെ അല്പം ക്ഷമാപണത്തോടെ പറഞ്ഞു, “ഞാനിപ്പോൾ എണീറ്റതേയുള്ളൂ. പി ടിക്കു വരാൻ കഴിഞ്ഞില്ല.”

“ഓ അതൊന്നും സാരമില്ല. സാബ് ഇന്നലെയിങ്ങ് എത്തിയതല്ലേ ഉള്ളൂ. യാത്രാക്ഷീണമൊക്കെ ഉണ്ടാകും. ഒരു ദിവസത്തെ വിശ്രമം അനിവാര്യമാണ്. പിന്നെ, ഞാനിവിടെ കയറിയത് ഒരു കാര്യം പറയാനാണ്. എന്തെങ്കിലും ആവശ്യമുണ്ടെങ്കിൽ എന്നോടു പറയണം. എന്തുവേണമെങ്കിലും പറയാം. ഒട്ടും മടിക്കരുത്. നമ്മൾ ദില്ലിയിൽ കഴിഞ്ഞത് ഓർക്കുന്നുണ്ടായിരിക്കുമല്ലോ, അല്ലേ? അതുപോലെ ഇവിടെയും കഴിയാം. ഓക്കെ. ഞാനിറങ്ങുന്നു. മെസ്ബോയിയുടെ കൈയിൽ ചായ കൊടുത്തുവിടാം.”

തോളിലൊരു ഈരെഴത്തോർത്തും ബ്രഷിലല്പം പേസ്റ്റും ചുണ്ടിലൊരു പാട്ടുമായി കക്കൂസിലേക്കും കുളിമുറിയിലേക്കും അവിടെനിന്നു യൂണിഫാറത്തിലേക്കും മെസ്സിലേക്കും ഊളിയിട്ട് എട്ടുമണിക്ക് ഫീൽഡ് പോസ്റ്റോഫീസിൽ നിവരുമ്പോൾ ഭർത്താവ് അവധിയിൽ വരുന്നതും കാത്ത് വിവശയായിരിക്കുന്ന പട്ടാളക്കാരന്റെ ഭാര്യയെപ്പോലെ മേശപ്പുറത്ത് ഒരു കുറിപ്പ്.

"രാജൻ സാബ് ഇന്നലെ വന്നതല്ലേയുള്ളൂ. എല്ലാ ജേ സി ഓ സഹ്ബാന്മാർക്കും പരിചയപ്പെടുത്തിക്കൊടുക്കേണ്ടതുണ്ടല്ലോ. അതുകൊണ്ട് പത്തുമണിക്കുള്ള ചായ ഓഫീസിലേക്ക് അയയ്ക്കുന്നില്ല. ജേ സി ഓ മെസ്സിൽ ഒരുമിച്ചിരുന്നു കുടിക്കാം" – സുബേദാർ മേജർ.

എവിടെച്ചെന്നാലും സ്വന്തം നാടും വീടും മാതിരിതന്നെ. പെട്ടെന്നുതന്നെ സഹപ്രവർത്തകരുമായി പരിചയപ്പെട്ടു. അത്യാവശ്യ വിവരങ്ങൾ കൈമാറി.

ഫീൽഡ് ഏരിയയാണെങ്കിലും മൂന്നുനാലു കിലോമീറ്റർ അപ്പുറത്ത് സിറ്റിയിലേക്ക് പോകുന്ന റോഡിനോടു ചേർന്ന് ഓഫീസർമാർക്ക് ഫാമിലി ക്വാർട്ടേഴ്സുകൾ പണിതിട്ടുണ്ട്. ജേ സി ഓമാർക്കും ജവാന്മാർക്കുമുള്ള ക്വാർട്ടേഴ്സുകളുടെ പണി ആരംഭിച്ചിട്ടേയുള്ളൂ.

ഇവിടെ ചൂട് ദില്ലിയേക്കാൾ വളരെയധികമാണ്. അല്ലെങ്കിലും അതങ്ങനെയാവാനല്ലേ തരമുള്ളൂ. ഈ മരുഭൂമിയിൽനിന്ന് എത്രയോ അകലെയാണു ദില്ലി.

സൂര്യനുദിച്ചുയരുന്നതോടെ ചൂടും കുതിച്ചുയരുന്നു. ശരീരത്തിന്, മനസ്സിന്, അവയുടെ ഗതിക്കൊത്തൊഴുകുന്ന രക്തത്തിന്.

പറഞ്ഞു കേട്ടിട്ടുള്ളതാണ്.

ശാപഗ്രസ്തയായ ഈ മരുഭൂമി മോചനം കാത്തു കിടക്കുകയാണത്രേ! അതുകൊണ്ട് ഇവിടത്തെ വരണ്ട ചൂട് മനുഷ്യനെ തളർത്താറില്ല.

മേജർ രത്തൻ സിങ് നീട്ടിപ്പിടിച്ച കൈകളുമായി നടന്നടുത്തു. ശർമ്മ അയാളിൽനിന്നു തെന്നിമാറി. ഒഴിഞ്ഞകന്ന്, കുനിഞ്ഞുചാടി ഒറ്റയോട്ടം. അയാൾക്കവനെ പിടിക്കാൻ കഴിഞ്ഞില്ല.

രത്തൻ ഭാര്യക്കുനേരെ തിരിഞ്ഞു.

തൃപ്തയെന്ന സ്ത്രീ. അവൾ ഭർത്താവിനു മുമ്പിൽ കൂസലില്ലാതെ നഗ്നയായിത്തന്നെ കിടന്നു. പാപത്തിന്റെ വ്യക്തമായ അടയാളങ്ങളോടെ.

അയാൾ അവളെ തുറിച്ചുനോക്കിക്കൊണ്ടുനിന്നു. ഒരക്ഷരം മിണ്ടാനയാൾക്കു കഴിയുന്നില്ല. അതിനയാൾക്കു കഴിയുകയില്ലെന്ന് വ്യക്തമായ ബോധമുള്ളതുപോലെ അവൾ ചോദിച്ചു:

"ഉം . എന്താ"

"നിനക്ക്, നിനക്ക് ഒരു ശിപായിയെ മാത്രമേ കിട്ടിയുള്ളൂ."

അയാൾ അണയ്ക്കുന്നുണ്ടായിരുന്നു.

"ഓ നിങ്ങളുടെ വയസ്സൻ കേണലിനെക്കൊണ്ട് എന്താവാൻ. പിന്നെ

ഒരു മേജറുള്ളത് നിങ്ങളാണ്. യങ് ഓഫീസർമാർക്ക് ഭാര്യമാരുള്ളേട ത്തോളം കാലം നിങ്ങൾക്കു ഞാൻ വേണ്ടല്ലോ."

അയാളുടെ താഴ്ന്നതല. അരിശം കയറി ചുവന്ന കണ്ണുകൾ. അവൾക്കതു തീരെ പിടിച്ചില്ല.

അവൾ ചോദിച്ചു.

"ഉം എന്താ."

"എങ്കിലും നീ..."

"ഒരു എങ്കിലുമില്ല. എനിക്കു തോന്നിയതു ഞാൻ ചെയ്തു. നിങ്ങൾക്കു തോന്നുന്നത് നിങ്ങൾക്കും ചെയ്യാം. എന്നെ കൊല്ലണോ... കൊന്നോളൂ. അല്ലെങ്കിൽ ഇപ്പോൾവേണ്ട. ഒരു കേണലായിട്ടു മതി."

അവൾ നോക്കി. അയാൾക്ക് അനക്കമേയില്ല. ഭാവമാറ്റവുമില്ല. ചുവന്ന കണ്ണുകൾ. വിറയ്ക്കുന്ന മീശ.

അവളുടെ ശബ്ദം ഉയർന്നു മുഴങ്ങി. അതിലെ രൗദ്രം കണ്ണകിയെ ത്തേടി നടന്നു. ഭർത്താവിനെ അപമാനിച്ചവന്റെ കുലത്തിന്റെ മുഖത്തേ യ്ക്ക് മുല പറിച്ചെറിഞ്ഞു ശപിച്ച കണ്ണകി.

ഇവിടെ–

"നിങ്ങൾക്കു കിട്ടിയ ഓരോ പ്രൊമോഷനും എന്റെ മാംസത്തിന്റെ വിലയല്ലെന്നു പറയുവാൻ നിങ്ങൾക്കു കഴിയുമോ. അടുത്തു നടക്കാൻ പോകുന്ന കേണൽ സെലക്ഷനിൽ എന്നേക്കാൾ സുന്ദരിയായ ഭാര്യ ഉള്ള ഏതെങ്കിലും മേജർ ഉണ്ടായേക്കുമോ എന്നായിരിക്കും ഇപ്പോഴത്തെ ഭയം."

അവൾ എണീറ്റ് കുളിമുറിയിലേക്കു നടന്നു. ആരോടോ പകതീർത്ത കൃതാർത്ഥത അവളിൽ ഒഴുകി നടന്നു.

ഭാര്യയോടുള്ള വെറുപ്പിനേക്കാളധികം ധിക്കാരം കാണിച്ച തന്റെ ബൂട്ടു തുടയ്ക്കുന്ന ശിപായിയോടുള്ള ദേഷ്യമായിരുന്നു അയാളിൽ. ഒരു കൊടുങ്കാറ്റുപോലെ അയാൾ കുതിച്ചു.

ഒരു ഓഫീസറുടെ ആഢ്യത്വം വഴിയുന്ന ഗൗരവത്തോടെ ചുറ്റുമു ള്ളതെല്ലാം സസൂക്ഷ്മം വീക്ഷിച്ചുകൊണ്ട് ചുറുചുറുക്കോടെ നടന്നു നീങ്ങാറുള്ള മേജർ രത്തൻ സിങ്. ലക്കുതെറ്റിയപോലുള്ള അയാളുടെ പാച്ചിൽ പലരെയും അത്ഭുതപ്പെടുത്തി.

വഴിയിൽവച്ച് ലഫ്റ്റനന്റ് ബെരിയുടെ അതിസുന്ദരിയായ ഭാര്യ ഗുഡ്മോണിങ് പറഞ്ഞതയാൾ കേട്ടില്ല.

ക്വാർട്ടർ ഗാർഡിലെ കാവല്ക്കാർ സലാമിശസ്ത്ര് സമ്മാനിച്ചതിന് തിരിച്ച് സല്യൂട്ട് ചെയ്യണമെന്നതയാൾ ഓർത്തില്ല.

നേരെ കേണലിന്റെ മുറിയിലേക്കു ചെന്നു.

കേണലിന്റെ ഓർഡർലി സല്യൂട്ട് ചെയ്തുനിന്നു.

"അകത്താരെങ്കിലുമുണ്ടോ?"

"ആരുമില്ല സാബ്."

ആരെങ്കിലും ഉണ്ടായിരുന്നെങ്കിൽത്തന്നെ അയാൾ പുറത്തു കാത്തു നില്ക്കുമായിരുന്നോ എന്നു സംശയമാണ്.

കേണലിനെതിരെ കസേരയിൽ തന്നെത്താൻ എറിഞ്ഞുകൊണ്ട് അയാൾ പറഞ്ഞു:

"ഒരു ശിപായി ഒരു ഓഫീസറെ അപമാനിച്ചിരിക്കുന്നു സാർ."

"വോട്ട്."

തന്റെ റെജിമെന്റിൽ ഒരു ഓഫീസർ അപമാനിക്കപ്പെടുക എന്ന സംഭവം ഉണ്ടാകുമോയെന്ന് കേണലിന് സംശയം.

"സാർ, ഞാൻ വീട്ടിൽ ചെല്ലുമ്പോൾ എന്റെ ബാറ്റുമാൻ, ഓംപ്രകാശ് ശർമ്മയെന്ന നായ, എന്റെ ഭാര്യയുമായി രമിക്കുകയായിരുന്നു സർ."

ഗുഡ്. അവൾക്കതു വേണം. തന്നെക്കാണുമ്പോൾ ഒരു പുച്ഛമാണ വൾക്ക്.

മനസ്സിൽ ഊറിവന്ന സംതൃപ്തിയുടെ ചിരി ഉള്ളിൽത്തന്നെ അട ക്കിക്കൊണ്ട് കേണൽ ഗൗരവം ഭാവിച്ചിരുന്നു. അയാൾ ചോദിച്ചു:

"നൗ വാട്ട് റിവെഞ്ച് ഡു യൂ വാൺട് ടു ടേക് അപ്പോൺ ഹിം."

ഇപ്പോൾ എന്തു പ്രതികാരം ചെയ്യാനാണ് നിങ്ങൾ ഉദ്ദേശിക്കുന്നത്.

"സാറു പറഞ്ഞാൽ മതി."

"അവനെപ്പിടിച്ച് ക്വാർട്ടർ ഗാർഡിലടയ്ക്കൂ."

"അതുവേണ്ട സാർ. അങ്ങനെ ചെയ്താൽ ഈ സംഭവം എല്ലായി ടത്തും പാട്ടാകും. പിന്നെ ഓഫീസർമാർക്കു തല ഉയർത്തി നടക്കാൻ കഴിയാതെ വരും."

"ദെൻ യൂ ഗോ ആന്റ് ഷൂട്ട് ഡൗൺ ദാറ്റ് ബ്ലഡി ബാസ്റ്റേഡ്."

കേണൽ മേശ വലിപ്പുതുറന്ന് കൈത്തോക്കെടുത്ത് അലസമായി മേശപ്പുറത്തിട്ടു.

അത്രയ്ക്കു കടന്നൊന്നും മേജർ രത്തൻ ചിന്തിച്ചിരുന്നില്ല. കേട്ട പ്പോൾ അതുതന്നെയാണ് ഏറ്റവും ഉത്തമമെന്നു തോന്നി. എങ്കിലും അയാൾ അല്പം സംശയിച്ചു. അതിന്റെ പ്രത്യാഘാതങ്ങൾ അതിവിപു ലമായിരിക്കും.

പെട്ടെന്ന് മറ്റൊരു വഴി കണ്ടുപിടിച്ചപോലെ അയാൾ പറഞ്ഞു:

"ഞാനവനെ കൊല്ലും സാർ. അവനെ കൊല്ലാതിരിക്കാനെനിക്കു കഴിയില്ല. പക്ഷേ, ഇത്ര പരസ്യമായിട്ടു പാടില്ല. നമ്മുടെ ആനുവൽ റേഞ്ചു ക്ലാസിഫിക്കേഷനും എക്സർസൈസസുമെല്ലാം വരുന്നു. അതിൽവച്ച് ഞാന വനെ തട്ടും. റാസ്കൽ. അവൻ പിടഞ്ഞു പിടഞ്ഞു മരിക്കുന്നതെനിക്കു കാണണം. അതിനുള്ള അനുവാദം മാത്രം അങ്ങു തന്നാൽ മതി."

"ഓ. ദാറ്റ്സ് ഓൾ റൈറ്റ്. ഇറ്റ് ഈസ് ഏ സില്ലി തിങ്. എനി തിങ് മോർ ഐ ക്യാൻ ഡൂ ഫോർ യൂ."

"സോ കൈൻഡ് ഓഫ് യൂ സാർ."

കേണലിന്റെ മുറിയുടെ വാതില്ക്കൽ നിന്നിരുന്ന സുബേദാർ മേജറെ കണ്ടഭാവം പോലും നടിക്കാതെ റെജിമെന്റിന്റെ സെക്കൻഡ് ഇൻ കമാ ണ്ടായ മേജർ രത്തൻ സിങ് അതിസംതൃപ്തിയോടെ നടന്നുപോയി.

മൂന്ന്

മഞ്ഞ വെയിലിന്റെ മുഞ്ഞിയിൽ തുടികൊട്ടിക്കൊണ്ട് മണൽക്കാറ്റ് ഉഴറി നടന്നു.

ജേ സി ഓ മെസ്സിൽ രാജന്റെ വരവ് ഉണർത്തിവിട്ട ഉന്മേഷത്തിൽ ചായ ഉറുഞ്ചിക്കുടിച്ചു കൊണ്ടിരിക്കെ സുബേദാർ മേജർ പറഞ്ഞു:

"ഇന്ന് രാത്രി രാജൻ സാബിന്റെ ഡൈനിങ് – ഇൻ പരികർമ്മം ആയിക്കോട്ടെ."

"ആൾ റൈറ്റ് സാർ." മെസ്സ് സെക്രട്ടറി അതിനെ പിന്താങ്ങി. കൂടെ ഒരു ചോദ്യവും. "രാജൻ സാബ് മീറ്ററോ നോൺ മീറ്ററോ?"

രാജന് ചിരിപ്പൊട്ടിപ്പോയി. വെജിറ്റേറിയനോ നോൺ വെജിറ്റേറിയനോ എന്നതിന്റെ പട്ടാള പരിഭാഷയാണ് മീറ്ററോ നോൺ മീറ്ററോ എന്നത്. പട്ടാളത്തിൽ മാത്രം കാണുന്ന അത്തരം പ്രയോഗങ്ങൾ രാജനെ ചിരിപ്പിക്കും. അതുകൊണ്ട് സുബേദാർ മേജറാണ് ഉത്തരം പറഞ്ഞത്.

"നാലുകാലുള്ളതിൽ കട്ടിലും പറന്നു നടക്കുന്നതിൽ വിമാനവും ഒഴിച്ചുനിർത്തിയാൽ ബാക്കിയുള്ള സകലതും അകത്താക്കുന്ന കൂട്ടത്തിലാണദ്ദേഹം."

"അപ്പോൾ ഫേവറിറ്റ് ബ്രാൻഡ് ഏതാണെന്നു കൂടി അറിഞ്ഞാൽ ഉപകാരമായിരുന്നു."

അതിനും ഉത്തരം പറഞ്ഞത് സുബേദാർ മേജറായിരുന്നു.

"അദ്ദേഹം തികഞ്ഞ മദ്യവിരോധിയാണ്. ഇടക്കാലത്ത് നിർത്തിയതാണ്. എന്നെപ്പോലെത്തന്നെ. ആദ്യമൊക്കെ മൂക്കറ്റം കുടിക്കുമായിരുന്നു. കുടി കഴിഞ്ഞാൽ ഉറക്കം ഏതെങ്കിലും കാനയിലായിരിക്കണമെന്നു നിർബ്ബന്ധമുണ്ടായിരുന്നു. കൂടെ, കിറിനക്കാൻ ഒരു നായ ഒഴിച്ചു കൂടാനാവാത്തതുമായിരുന്നു."

എല്ലാവരും ആ തമാശ ആസ്വദിച്ചു ചിരിച്ചു. സുബേദാർ മേജർ പറഞ്ഞു.

"അന്നൊക്കെ രാജൻ സാബിന്റെ സ്ഥിതികണ്ട് ആളുകൾ ഇതു പോലെ ചിരിക്കുമായിരുന്നു. കഴിഞ്ഞ നാലു വർഷങ്ങളായി ഒരു തുള്ളി പോലും അദ്ദേഹം കുടിച്ചിട്ടില്ല. അതുകൊണ്ട് സ്കാഷിനേക്കാൾ വീര്യ മുള്ളതൊന്നും അദ്ദേഹത്തിനിന്നുവേണ്ട."

പട്ടാളത്തിൽ 'കള്ളു' കുടിക്കാത്ത മനുഷ്യരെ കണ്ടുകിട്ടുക വിഷമ മാണ്. അവിടെ കുടി ഒരാവശ്യമായി മാറുന്നു. അല്ലെങ്കിൽ നിലനില്പില്ല. സ്ഥിരതയുള്ള മസ്തിഷ്കത്തിന് പട്ടാളത്തിൽ നില്ക്കാനാവുമോ? അതാണ് കിഷൻസിങ് പറയാൻ തുടങ്ങിയത്. മുഴുമിപ്പിക്കും മുമ്പേ കമ്പനി ഹവിൽദാർ മേജർ വന്ന് സല്യൂട്ട് ചെയ്തുനിന്നു.

"ക്യാ ബാത്ത് ഹെ മേജർ" സുബേദാർ മേജർ ചോദിച്ചു.

ഹവിൽദാർ മേജർ പറഞ്ഞു: "ബീക്കമ്പനി ജേ സി ഓ സാബിനോടും എസ് എം സാബിനോടും ഒരു അത്യാവശ്യ കാര്യം സംസാരിക്കണം."

ബീക്കമ്പനി ജേ സി ഓ നായിബ് സുബേദാർ കിഷൻ സിങ് പറഞ്ഞു: "ഞങ്ങൾ ഇത്രയും പേരല്ലേയുള്ളു പറഞ്ഞോളൂ."

എന്നിട്ടദ്ദേഹം അംഗീകാരത്തിനെന്നോണം സുബേദാർ മേജറെ നോക്കി. സുബേദാർ മേജർ അതിനെ പിന്താങ്ങിക്കൊണ്ടു പറഞ്ഞു:

"എന്തായാലും പറഞ്ഞോളൂ. ഞങ്ങളെല്ലാവരും ജേ സി ഓ മാർ തന്നെ. പരസ്പരം അറിയാൻ പാടില്ലാത്ത ഔദ്യോഗിക കാര്യങ്ങളൊന്നുമില്ലല്ലോ."

സീയെച്ചെം പുറത്തേക്ക് ആംഗ്യം കാട്ടി. ഓം പ്രകാശ് ശർമ്മയെന്ന ശിപായിവന്നു സല്യൂട്ട് ചെയ്തു നിന്നു. അയാൾ ഭയം കൊണ്ടു വിറയ്ക്കുന്നുണ്ടായിരുന്നു.

"ക്യാഹുവാരേ," സുബേദാർ മേജർ ചോദിച്ചു.

ഉത്തരം പറഞ്ഞത് സീയെച്ചം ആണ്.

"മേജർ രത്തൻസിങ് സാബിന്റെ ബാറ്റ്മാനാണ് ഇയാൾ. ഇന്ന് മേജർ സാബിന്റെ വീട്ടിൽവച്ച് ചില അനിഷ്ട സംഭവങ്ങളുണ്ടായി. അതു പറയാനാണ് ഞാനിയാളെയും കൂട്ടി വന്നത്."

"എന്താ ശർമ്മാ, എന്തുണ്ടായി?"

കറിക്കരിഞ്ഞുകൊണ്ടിരുന്ന ശർമ്മ. നഗ്നയായ യജമാനത്തി. വിയർത്ത ശരീരങ്ങൾ, ഒരു ഗർജ്ജനത്തിന്റെ മുഴക്കം. മേജർ രത്തൻ സിങ്ങിന്റെ ചുവന്ന കണ്ണുകളും വിറയ്ക്കുന്ന മീശയും.

ചിത്രങ്ങൾ നിരന്നു.

"യഹ് ലഡ്കാ ബഹുത് ശരീഫ് ഹെ"

- ഈ ചെറുക്കൻ വളരെ മര്യാദക്കാരനാണ്. ഹവിൽദാർ മേജർ അയാളെ പിന്താങ്ങി.

എന്നിട്ടും സുബേദാർ മേജർക്കു സംശയം. അവൻ പറയുന്നതത്രയും സത്യമോ?

ബീക്കമ്പനി ജേ സി ഓയ്ക്കത് ആധികാരികമായിട്ടറിയാം.

"അതെ സാബ്. അവൻ നുണ പറയുകയില്ല."

അതിർത്തി കാവല്ക്കാരനായ ജവാൻ. അവൻ ഓഫീസറുടെ ബൂട്ടു തുടയ്ക്കുന്നു. അടുക്കളപ്പണി ചെയ്യുന്നു. മേംസാബുമാരുടെ കാമവെറിയിൽ കുടുങ്ങുന്നു.

സംഭവങ്ങൾ സാധാരണമാണ്.

സുബേദാർ മേജർ ശർമ്മയെ നോക്കി. പാവം അപ്പോഴും നിന്നു വിറയ്ക്കുകയാണ്.

"താൻ എന്തേ ഇങ്ങനെ വിറയ്ക്കാൻ?"

"എനിക്കു വല്ലാത്ത പേടി തോന്നുന്നു സാർ."

കിഷൻസിങ് ചിരിച്ചു. ധീരൻ ശർമ്മ പേടിക്കുന്നുവത്രേ! അയാൾ കുലുങ്ങിച്ചിരിച്ചു. അതിന്റെ ശബ്ദത്തിൽ ലഡാക്കിലെയും ജയ്സാൽമീറിലെയും യുദ്ധങ്ങളുടെ ശബ്ദം മാറ്റൊലിക്കൊണ്ടു.

....അറുപത്തിരണ്ടിന്റെ മുഖം. പഞ്ചശീലം ശിലകൾക്കു പിന്നിലൊളിച്ചു. 'ഇന്തീ ചീനി ഭായി ഭായി' തോക്കിന്റെ ചീറ്റലിൽ മുറിഞ്ഞു വീണു. ലേ ലഡാക്കിന്റെ ഉറഞ്ഞ മഞ്ഞിൻ പ്രതലം.

ഇരുളുന്ന സന്ധ്യാമുഖത്തിൽ കണ്ണിലമർത്തിയ ബൈനോക്കുലറുമായി കേണൽ സന്തോഷ് സിങ് നിന്നു. ചില്ലു തകർന്ന ബൈനോക്കുലർ ഉരുണ്ട് നൂറടി താഴെ വന്നു വീണു. തലയ്ക്കു വെടിയേറ്റ കേണൽ മഞ്ഞിൻകട്ടയിൽ കുരുങ്ങിനിന്നു.

സി ഓ സാബിനു വെടിയേറ്റു.

ഇടതടവില്ലാതെ ഉതിരുന്ന വെടിയുണ്ടകൾ.

കാൽവച്ചാൽ വഴുതുന്ന മഞ്ഞിൻ പ്രതലം.

സി ഓ സാബിനു കാഷ്വാലിറ്റി.

താഴേക്കെത്തിക്കിട്ടിയാൽ രക്ഷിക്കാനായേക്കും പക്ഷേ, ആരു പോകും.

ഓം പ്രകാശ് ശർമ്മയെന്ന ബലിഷ്ഠനായ ജവാൻ ഒന്നും കാത്തു നിന്നില്ല. മരവിപ്പിക്കുന്ന മഞ്ഞും മരണം ചൊരിയുന്ന വെടിയുണ്ടകളും അയാളെ ഭയപ്പെടുത്തിയില്ല.

കേണലിനെയും പുറത്തുകിടത്തി അയാൾ മടങ്ങി. മെഡിക്കൽ ക്യാമ്പിൽ പ്രാണവായുവിനുവേണ്ടി വാ തുറന്നു കിടന്ന് അണയ്ക്കുമ്പോഴും ഓം പ്രകാശ് ശർമ്മ ചോദിച്ചത്, "കേണൽ സാബ് ഠീക് ഹൈ ക്യാ" എന്നാണ്.

യുദ്ധാവസാനം കേണൽ സന്തോഷ് സിങ് മരണാനന്തര പരമവീര ചക്രത്തിനർഹനായി പ്രഖ്യാപിക്കപ്പെട്ടു.

കൂട്ടുകാർ ശർമ്മയെ കളിയാക്കി.

നിനക്കൊരു പുനർജ്ജനനാന്തര കൊടച്ചക്രം കിട്ടും.

..... ഇന്ത്യയെ തോല്പിക്കാനാവുമോ എന്ന പരീക്ഷണവുമായി അയൂ

ബ്ഖാന്റെ പട്ടാളം നിന്നു.

ആയുധങ്ങളുടെ ആധുനികതയിൽ മുന്നിട്ടു നിന്നതവരാണ്. എന്നാൽ ധീരതയുടെ പൗരാണികതയ്ക്കു മുമ്പിൽ അവർക്കു തലകുനിക്കേണ്ടി വന്നു....

ഇരുട്ടിനു തീരം പടയ്ക്കുന്ന മണൽ. ട്രെഞ്ചിലിരുന്നുകൊണ്ട് ശർമ്മ യുടെ തോളിൽ പതുക്കെ കുലുക്കിക്കൊണ്ട് ക്യാപ്റ്റൻ അറോറ പറഞ്ഞു:

"നോക്കൂ ശർമ്മാ ഇടതുവശത്ത് നാല്പത്തഞ്ചു ഡിഗ്രിയിൽ അറു ന്നൂറു മീറ്ററകലത്തിൽ ആ കാണുന്നത് ഒരു പിൽ ബോക്സാണ്. അവിടെ മെഷീൻ ഗണ്ണുകൾ ഘടിപ്പിച്ചിട്ടുണ്ട്. അതു നശിപ്പിക്കാത്തിടത്തോളം ഒരാൾക്കും മുമ്പോട്ടു പോകാനാവില്ല."

"എന്തുചെയ്യണം സാബ്"

"നിനക്കു ധൈര്യമുണ്ടോ ശർമ്മാ."

"അതുമാത്രമേ ബാക്കിയുള്ളൂ സാബ്."

"ശരി. ഞാൻ ഇടതുവശത്തു കൂടെ നീങ്ങാം. നീ വലതു വശത്തു കൂടെ പോകൂ. ആ പിൽ ബോക്സു തകർക്കണം. മരിച്ചാലും ശരി."

"ശരി സാബ്."

വാട്ടർ ബോട്ടിലിന്റെ കോർക്കു മാറ്റി. അതിൽ ആവാഹിച്ചിരുന്നതിൽ അവശേഷിച്ചിരുന്ന റം ക്യാപ്റ്റൻ അറോറയുടെയും ശിപായി ശർമ്മയു ടെയും ആമാശയത്തിലേക്കൊഴുകി.

ക്യാപ്റ്റൻ അറോറ ഇടതുവശത്തു കൂടെ ശിപായി ശർമ്മ വലതുവ ശത്തു കൂടെ. ലക്ഷ്യം പിൽ ബോക്സ്.

പ്രകൃതി നല്കിയ പെരിയ കവചങ്ങളുമായി ആഹാരം തേടിയല യുന്ന ഒച്ചുകൾ. മരണത്തിന്റെ മുഖങ്ങളിൽ തന്റെയും കുടുംബത്തിന്റെയും ഇരതേടിപ്പോകുന്ന പട്ടാളക്കാർ. ഇടത്തും വലത്തും ഒച്ചുകളെപ്പോലെ ഇഴഞ്ഞുകൊണ്ടേയിരുന്നു.

പിൽബോക്സു തകർക്കണം.

ആകാംക്ഷയുടെ നിമിഷങ്ങൾ. ഇരുട്ടിന്റെ കട്ടിയിൽ മെഷീൻഗൺ ശബ്ദിച്ചു. ക്യാപ്റ്റൻ അറോറയെന്ന ഒച്ചിനെ അവർ കണ്ടു കഴിഞ്ഞി രുന്നു.

എന്നാൽ മെഷീൻഗൺ കൂടുതൽ ശബ്ദിച്ചില്ല. പിൽ ബോക്സിൽ ഒരു സ്ഫോടനം. വീണ്ടും ഒന്നുകൂടി. ശിപായി ഓം പ്രകാശ് ശർമ്മയെ റിഞ്ഞ ഗ്രെനേഡുകൾ ലക്ഷ്യം കണ്ടുകഴിഞ്ഞിരുന്നു.

സ്ഫോടനം നടന്നതോടെ ശത്രു കൂടുതൽ ജാഗ്രവത്തായി. ഷെല്ലു കൾ പറന്നു. മരണത്തിന്റെ ജീവൻ പടക്കളമാകെ പാഞ്ഞുനടന്നു.

ശർമ്മ ഇഴഞ്ഞു. അകലെ, മുറിവേറ്റു കിടക്കുന്ന ക്യാപ്റ്റൻ അറോറ.

ശർമ്മ സകല ശക്തിയുമെടുത്തിഴഞ്ഞു. മണലിൽ കമിഴ്ന്ന് കിടന്ന് ക്യാപ്റ്റനെ പുറത്തുവലിച്ചു കിടത്തി ആമയെപ്പോലെ അയാളിഴഞ്ഞു.

ഇടതുകാലിന്റെ വണ്ണയിലൂടെ മരണത്തിന്റെ ജീവൻ തുളച്ചിറങ്ങി ക്കടന്നു പോയപ്പോൾ അടക്കിയ സ്വരത്തിലെങ്കിലും അയാൾ വിളിച്ചു

പോയി.

"അയ്യോ അമ്മേ..."

അല്പ പ്രാണൻ മാത്രമവശേഷിച്ച ക്യാപ്റ്റൻ അറോറ അതു തിരിച്ചറിഞ്ഞു. അയാൾ പറഞ്ഞു:

"ഞാനേതായാലും മരിക്കും ശർമ്മാ. എന്നെ ഇവിടെ വിട്ടിട്ട് താനെങ്കിലും രക്ഷപ്പെടൂ. ശർമ്മാ പ്ലീസ്. സ്വയം രക്ഷിക്കൂ."

"സാദ്ധ്യമല്ല സാബ്. ഇറങ്ങിയത് ഒരുമിച്ചാണ്. മരിക്കുന്നെങ്കിൽ, അതും ഒരുമിച്ചാകാം."

എത്ര ദൂരം ഇഴഞ്ഞുവെന്നറിയില്ല. ആകാശത്ത് നക്ഷത്ര സമൂഹം മിഴി ചിമ്മി നിന്ന് ഉറങ്ങുമ്പോൾ ഓം പ്രകാശ് ശർമ്മ ഓപ്പറേഷൻ തിയേറ്ററിൽ ബോധമറ്റു കിടന്നു.

ക്യാപ്റ്റൻ അറോറയ്ക്ക് ഒരു കൈയും ഒരു കാലും നഷ്ടപ്പെട്ടു. പക്ഷേ, അയാളുടെ ജീവൻ കിട്ടി. ശർമ്മയ്ക്ക് അംഗഭംഗമുണ്ടായില്ല. അയാളും രക്ഷപ്പെട്ടു.

ക്യാപ്റ്റൻ അറോറയ്ക്ക് വീരചക്രം കിട്ടി.

അന്നും, ഓം പ്രകാശ് ശർമ്മയെന്ന ശിപായിക്ക് 'കൊടച്ചക്രം' കിട്ടുമെന്ന് കൂട്ടുകാർ കളിയാക്കി.

പക്ഷേ, ഔദ്യാഗിക അനുമതിയില്ലാത്ത ഒരു ബഹുമതി നല്കി അവർ അയാളെ മാനിച്ചു.

ധീരൻ ശർമ്മ....

"പേടിക്കേണ്ടപ്പോഴൊന്നും താൻ പേടിച്ചിട്ടില്ലല്ലോ ശർമ്മാ" കിഷൻ സിങ് ചോദിച്ചു.

"ഇതിന്റെ സ്ഥിതി അങ്ങനെയല്ല സാബ്. മേജർ രത്തൻ സാബ് ഏറ്റവും കടുത്ത മനസ്സുള്ള ആളാണ്. അദ്ദേഹം റെജിമെന്റിന്റെ സെക്കൻഡ് - ഇൻ - കമാണ്ടുമാണ്. അപ്പോൾ അദ്ദേഹം പറയുന്നതേ കമാണ്ടർ സാബും കേൾക്കുകയുള്ളൂ. എന്റെ കുടുംബത്തിനു താങ്ങായി ഞാൻ മാത്രമേയുള്ളൂ സർ."

സുബേദാർ മേജർക്കു കാര്യങ്ങൾ മനസ്സിലായി.

"ശരി, താൻ പേടിക്കേണ്ട. മേജർ, ഇയാളെ കൊണ്ടു പൊയ്ക്കോളൂ. ഇയാളെ പുറത്തൊന്നും വിടരുത്. പിന്നെയൊരു കാര്യം കൂടെ. ഈ സംഭവം പുറത്താരും അറിഞ്ഞു പോവരുത്. താൻ വേറെ ആരോടും ഇതു പറഞ്ഞിട്ടില്ലല്ലോ?"

"ഇല്ല സാബ്. ഞാൻ മേജർ സാബിന്റെ വീട്ടിൽനിന്ന് നേരെ പോന്നത് സി എച്ച് എം സാബിന്റെ അടുത്തേക്കാണ്. അദ്ദേഹത്തോടല്ലാതെ മറ്റാരോടും ഞാൻ പറഞ്ഞിട്ടില്ല."

"മേജർ, ഇതു രഹസ്യമായിരിക്കട്ടെ."

"ജീ സാബ്ജി."

നാല്

"ജേ സി ഓ സഹ്ബാൻ, നിങ്ങളുടെ അഭിപ്രായമെന്താണ് ഇക്കാര്യത്തിൽ?" സുബേദാർ മേജർ ചോദിച്ചു.

പലരും മുഖത്തോടു മുഖം നോക്കി. പരിചയ സമ്പന്നനായ കിഷൻ സിങ് പറഞ്ഞു:

"അങ്ങ് ഈ റെജിമെന്റിന്റെ സുബേദാർ മേജറാണ്. ഒരു കണക്കിൽ നോക്കിയാൽ സുബേദാർ മേജർ കമാണ്ടിങ് ഓഫീസറുടെ കോൺഫിഡൻഷ്യൽ സെക്രട്ടറിയാണ്; അതോടൊപ്പംതന്നെ ജവാന്മാരുടെ സംരക്ഷകനുമാണ്. ആ നിലയ്ക്ക് അങ്ങു നേരിട്ടുപോയി കമാണ്ടർ സാബിനെ കണ്ട് സംസാരിക്കണമെന്ന അഭിപ്രായമാണ് എന്റേത്. രാജൻ സാബൊഴിച്ച് ഇവിടെയുള്ള മറ്റെല്ലാവരും സാധാരണ ശിപായിമാരായി പട്ടാളത്തിൽ വന്നവരാണ്. ഒരു ശിപായിയുടെ പരിതാപകരമായ ചുറ്റുപാടുകൾ മറ്റാരേക്കാളും കൂടുതലായി നമുക്കറിയാം."

എല്ലാവരും നായിബ് സുബേദാർ കിഷൻ സിങ്ങിന്റെ അഭിപ്രായത്തോട് യോജിച്ചു.

സുബേദാർ മേജർ എണീറ്റു. തൊപ്പിയെടുത്തു തലയിൽ വച്ചു.

"ഞാനിപ്പോൾത്തന്നെ സി ഓ യെക്കണ്ട് സംസാരിക്കാം. നിങ്ങൾ അവരവരുടെ ഡ്യൂട്ടിസ്ഥലങ്ങളിലേക്കു പൊയ്ക്കൊള്ളുക."

എല്ലാവരും പുറത്തിറങ്ങി.

സുബേദാർ മേജർ കമാണ്ടിങ് ഓഫീസറുടെ മുറിക്കു നേരെ നടന്നു.

കമാണ്ടിങ് ഓഫീസറുടെ സ്റ്റിക്ക് ഓർഡർലി സല്യൂട്ടു ചെയ്തു നിന്നു.

സുബേദാർ മേജർ ചോദിച്ചു.

"അന്തർ കോയി ഹൈ?"

"ജീ സാബ്. മേജർ സാബ് ഹൈ."

സുബേദാർ മേജർ വാതില്ക്കൽ കാത്തുനിന്നു. അകത്തെ സംസാരങ്ങൾ അത്യധികം വ്യക്തമല്ലെങ്കിൽ കൂടി അവ്യക്തമല്ലാത്ത രൂപത്തിൽ അയാൾ കേട്ടു.

.... അതെ സാർ ഞാനവനെ കൊല്ലും..... ആനുവൽ റേഞ്ചു ക്ലാസിഫിക്കേഷനും എക്സർസൈസസും വരുന്നു. അവൻ പിടഞ്ഞു പിടഞ്ഞു മരിക്കുന്നതെനിക്കു കാണണം....

പെൺകോന്തനായ കേണൽ റാൻ മൂളിക്കഴിഞ്ഞിരിക്കുന്നു.

സാധാരണ ഒരു ജവാൻ കുറ്റംചെയ്താൽ എന്തു ശിക്ഷ കൊടുക്കണമെന്നാണ് ചോദിക്കാറ്. അയാൾ രത്തൻസിങ്ങിനോട് ചോദിച്ചത്, എന്തു പ്രതികാരം ചെയ്യാനുദ്ദേശിക്കുന്നു എന്നാണ്. ഓഫീസറുടെ മാന്യത മുറിപ്പെടുമ്പോൾ മാത്രം പുറത്തുവരുന്ന, ബ്രദർ ഓഫീസറെന്ന ഉയർന്ന വർഗ്ഗവികാരം.

സുബേദാർ മേജർ പുറത്തുനിന്നു പല്ലു ഞെരിച്ചു.

കേണൽ എല്ലാം അറിഞ്ഞിരിക്കുന്നു. തീർപ്പും കല്പിച്ചിരിക്കുന്നു. ഇനിയേതായാലും താനീ വിഷയം അവതരിപ്പിക്കുന്നില്ല. കേണൽ കാര്യങ്ങൾ അറിഞ്ഞ സ്ഥിതിക്ക് റെജിമെന്റിന്റെ ചുക്കാൻ പിടിക്കുന്നവരിലൊരാളായ സുബേദാർ മേജറോട് ചർച്ച ചെയ്യേണ്ടത് അയാളുടെ ചുമതലയാണ്. സുബേദാർ മേജറുടെയും കൂടി അഭിപ്രായമാരാഞ്ഞ്, ഒരു പരിഹാരം കണ്ടെത്തി റെജിമെന്റിന്റെ സാധാരണ ജീവിതവും അച്ചടക്കവും നിലനിർത്തേണ്ടതുമാണ്.

മേജർ രത്തൻസിങ് പുറത്തേക്കു പോയപ്പോൾ സുബേദാർ മേജർ അകത്തു കടന്നു. പ്രത്യേകമായി ഒന്നും സംഭവിച്ചിട്ടില്ലാത്തവിധം കേണൽ അയാളെ പതിവുപോലെ തന്നെ സ്വാഗതം ചെയ്തു.

“ആയിയേ സാബ് ആയിയേ”

എന്നാൽ പതിവില്ലാത്തവിധം സുബേദാർ മേജറോടയാൾ ഇരിക്കാൻ പറഞ്ഞു.

റെജിമെന്റിന്റെ പൊതുവേയുള്ള അച്ചടക്കനില വളരെ താണു പോയിട്ടുണ്ടെന്ന നീണ്ട ഭാഷണം. ഉദാഹരണങ്ങൾ വേണ്ടത്രയില്ലേ? അതയാൾ ശ്രദ്ധിച്ചു. കമ്പിവേലിക്ക് അവിടവിടെ കഴകൾ വീണിരിക്കുന്നു. ചിലേടത്ത് ഇഴകൾ പൊട്ടിക്കിടക്കുന്നു. മിലിട്ടറി പൊലീസിന്റെ റിപ്പോർട്ടുകൾ പെരുകി വരുന്നു. ആദിവാസിച്ചാളകളിൽ അടിപിടി നടക്കുന്നു. റെജിമെന്റ് ആകെ വഷളായിരിക്കുന്നു. ക്വാർട്ടർഗാർഡിന്റെ പനമ്പുമറയ്ക്കു ചുണ്ണാമ്പടിച്ചിട്ട് നാളെത്രയായി. ‘ഫയർ’ എക്വിപ്മെന്റുകൾ പെയിന്റടിച്ചിട്ടെത്ര നാളായി. നട്ടു വളർത്തുന്ന ചെടികൾക്കു വെള്ളമൊഴിക്കാൻ പോലും നേരമില്ല...

ശക്തമായ പീടിവേണം. നിരന്തരമായ പരേഡു വേണം. ‘പീടീക്കു’ തുടർച്ചയായി കൊടുക്കണം. ഒരു മിനിറ്റുപോലും വിശ്രമം കൊടുക്കാതെ.

ഇതിനൊക്കെപ്പുറമേയിതാ നമ്മുടെ ആനുവൽ റേഞ്ചു ക്ലാസിഫിക്കേഷൻ വരുന്നു. വാർ എക്സർസൈസിനുള്ള സമയമടുക്കുന്നു. അതിനെ

ല്ലാമുള്ള ഒരുക്കങ്ങൾ കൂടി ജാഗ്രതയായി നടത്തണം.

മേജർ രത്തൻസിങ് പറഞ്ഞ കാര്യങ്ങളെപ്പറ്റി ഒരക്ഷരമില്ല. വേണ്ട. അത് ദുരുദ്ദേശ്യപൂർണ്ണമാണ്. തനിവിഡ്ഢിയായ ഒരുത്തന് സുബേദാർ മേജറാവാനാവില്ലല്ലോ.

സുബേദാർ മേജർ കസേരയിൽ നിന്നെണീറ്റു. നീണ്ടു നിവർന്നു നിന്നു സല്യൂട്ടു ചെയ്തു. വിട വാങ്ങി:

"റാം റാം സാബ്"

"അച്ഛാ റാം റാം"

സുബേദാർ മേജർ നേരെപോയത് അഡ്ജ്ജറ്റന്റ്സ് ഓഫീസിലേക്കാണ്. ട്രെയിനിങ് സെക്ഷനിലെത്തി. സെക്ഷൻ ഹവിൽദാർ എണീറ്റു നിന്ന് ആദരവു കാണിച്ചു.

സുബേദാർ മേജർ പറഞ്ഞു: "മേജർ, ഈ വർഷത്തെ ട്രെയിനിങ് പ്രോഗ്രാം ഒന്ന് എടുത്തു തരൂ."

"സാബ്, അത് മേജർ സാബിന്റെ മുറിയിലേക്കു കൊണ്ടുപോയിരിക്കുകയാണ്."

ഗുഡ്. മേജർ രത്തൻ മിടുക്കൻ തന്നെ. ഒട്ടും സമയം കളയാതെ തന്നെ പരിപാടികൾക്കു രൂപംകൊടുക്കാൻ തുടങ്ങിയിരിക്കുന്നു.

പ്രത്യേകിച്ച് ഒന്നും സംഭവിച്ചിട്ടില്ലാത്ത മാതിരി ഹവിൽദാരോടു പറഞ്ഞു:

"മേജർ, അതു തിരിച്ചു വന്നാലുടനെ എന്റെ മുറിയിലേക്കൊന്നയയ്ക്കണം. ഞാനവിടെ ഉണ്ടാവും."

"ശരി സാർ. ഞാൻ തന്നെ കൊണ്ടുവരാം."

അരമണിക്കൂർ കഴിഞ്ഞപ്പോൾ ഫയലുമായി ഹവിൽദാർ വന്നു. അടുത്ത മാസം പത്താം തീയതി റൈഫിൾ ഫയറിങ്. ഇരുപത്തി രണ്ടാം തീയതി ഗ്രേനേഡ് ഫയറിങ്. തുടർന്നു വരുന്ന ഒന്നാം തീയതി മുതൽ വാർ എക്സർസൈസ്.

താഴെ, ഒരുക്കങ്ങൾ ഉടൻ ആരംഭിക്കുവാൻ അഡ്ജ്ജറ്റന്റിനും ട്രെയിനിങ് ജേ സി ഓയ്ക്കും നിർദ്ദേശം കൊടുത്തുകൊണ്ടുള്ള ടൂ ഐ സിയുടെ മഷി ഉണങ്ങാത്ത കുറിപ്പ്.

സുബേദാർ മേജർ തിടുക്കത്തിൽ തന്റെ ഓഫീസ് മുറിയിൽ നിന്നിറങ്ങി നടന്നു.

റെജിമെന്റിന്റെ കമ്പിവേലിക്കപ്പുറം കെട്ടിയിട്ടുള്ള യുദ്ധസ്മാരകത്തിനടുത്ത് എന്തോ പ്രാർത്ഥിക്കുംപോലെ കണ്ണുകളടച്ചു നിന്നു.

"ഹായ് റാം, ഇവിടെ എന്റെ ഒരു അഗ്നിപരീക്ഷ ആരംഭിക്കുകയാണ്. നീ എന്റെ കൂടെനിന്ന് എന്നെ രക്ഷിക്കൂ."

അയാൾ ഗദ്ഗദത്തോടെ തിരിഞ്ഞു നടന്നു.

മുറിയിൽ, കസേരയിൽ അയാളിരുന്നു.

നീലച്ചട്ടയിൽ കോ-ഓപ്പറേറ്റീവ് സൊസൈറ്റി യു സി കോളേജ് എന്ന

ടിച്ച പുസ്തകം മേശപ്പുറത്ത് അപ്പോഴും തുറന്നു കിടന്നു....

..... ഫ്രഞ്ച് റെവല്യൂഷൻ വാസ് എ ബ്ലഡി ഡ്രാമാ ഇൻ കോഴ്സ് ഓഫ് വിച്ച് ദ ഫ്രൻസീഡ് ലീഡേഴ്സ് എക്സിക്യൂട്ടഡ് ദ് കിങ്, ക്വീൻ ആൻഡ് ബുച്ചേർഡ് ദ നോബ്ൾസ്....

ഒരു വശത്തേക്കു മാറ്റിയിട്ട ജനൽക്കർട്ടൻ. സമാന്തരമായുറപ്പിച്ച ജനൽക്കമ്പികളിൽ മുഖമമർത്തി നില്ക്കുന്ന തൃപ്താരത്തൻ.

മുകളിൽ, തെളിഞ്ഞ നീലാകാശം. അതിനു താഴെ എവിടേക്കോ ധൃതിയിലോടുന്ന മേഘക്കീറുകൾ. ഭൂമിയുടെ പ്രതലമായി മണൽപ്പരപ്പ്. ഓരോ മേഘപാളിയും കടന്നു വരുമ്പോൾ മണൽത്തരി നിറയ്ക്കും. ഇതെങ്കിലും ഇവിടെ വർഷിക്കും. തന്റെ മുഖം നനയ്ക്കും. മണൽത്തരിയുടെ മുഖം നിഴലിൽ തണുക്കും. നിമിഷംകൊണ്ട് മേഘം കടന്നുപോകും. മണൽത്തരി വിളറും. വർഷങ്ങളായി ഈ പ്രക്രിയ തുടരുന്നു. ഒരിക്കലും ഒരു മണൽത്തരിക്കും ഒരു തുള്ളി വെള്ളംപോലും കിട്ടിയില്ല.

ഈ മണൽത്തരികൾ ആരോടോ പ്രതികാരം ചെയ്യാൻ കാത്തുകിടക്കുന്നതാവാം.

ഈ മണൽക്കാട്ടിലെ ആദിവാസികളും ആരെയോ കാത്തുകിടക്കുന്നവരാണത്രേ! പ്രതികാരത്തിനു വേണ്ടിയല്ലേ. മോചനത്തിനുവേണ്ടി.

ഗോതമ്പുപൊടി വെള്ളത്തിൽ നനച്ചു കുഴച്ച് ചട്ടിയിൽ വച്ചു ചുട്ട് റൊട്ടിയുണ്ടാക്കുന്നു. കാന്താരിമുളകും ഉപ്പും ചേർത്ത് ചട്ടിയിലുടച്ച് കറിയുണ്ടാക്കുന്നു. അവരുടെ ഭക്ഷണം തയ്യാറായി.

അതകത്താക്കിയാൽ, അതിനു മുകളിൽ വാറ്റു ചാരായം കുടിക്കുന്നു. തമ്മിൽത്തല്ലി പുക്കാറുണ്ടാക്കുന്നു. അവിടേയ്ക്കു ചെല്ലുന്ന മറ്റാളുകൾക്കും അവർ വാറ്റുചാരായം കൊടുക്കുന്നു. പിന്നെ ആദിവാസിക്കന്യകളെ സമർപ്പിക്കുന്നു. ആരുടെയോ മോചനത്തിനുവേണ്ടിയാണത്രേ!

മണൽക്കാട് മുറിച്ചുനീങ്ങുന്ന ഉയർന്ന കൂഞ്ഞയുള്ള ഒട്ടകങ്ങൾ. അവയ്ക്കു മുകളിൽ ഞെളിഞ്ഞിരുന്നു സവാരി ചെയ്യുന്ന വലിയ തലയിൽക്കെട്ടുള്ള മനുഷ്യർ. കൗതുകകരമായ കാഴ്ച. ഒരുപക്ഷേ ഇതുപോലെയായിരുന്നിരിക്കാം ഗിരാഗന്റെ പുറത്തിരുന്ന് ജമീന്ദാർ കന്യക യാത്ര ചെയ്തത്. ആ കന്യക ആരാണ്?

ഒരു പക്ഷേ, താൻ തന്നെ.

അല്ലെങ്കിൽ, കാലാന്തരത്തിൽ താനായി മാറിയ മറ്റൊരു കന്യക.

ഗിരാഗൻ വന്നില്ല. താൻ സ്വയം പകതീർത്തു. അപ്പോൾ താൻ തൃപ്താരത്തനല്ലാതാകുന്നു. മിസ് തൃപ്താ ഗെഹ് ലോട്ട്. അല്ല. അതിലും ചെറുത്. തൃപ്താമോൾ.

തൃപ്താമോൾക്കേറ്റവും ഇഷ്ടമായിരുന്ന കഥ.

“കന്യകാത്വം ച്ചാ ന്താ മുത്തശ്ശീ?”

“യ്യ് മ്മ്ണി വല്താവ്മ്പോ അറിയും അതൊക്കെ”

"എന്നാ വല്താവ്വാ"

"മോള് ഇസ്ക്കോളിലൊക്കെ പോവുമ്പോ"

"അപ്പോ ന്നെ സിംഗത്തിന്റെ പൊറത്ത് കേറ്റ്വോ"

സിംഹരാജന്റെ പുറത്ത് ഞെളിഞ്ഞങ്ങനെയിരിക്കുന്ന ജമീന്ദാരുടെ പുത്രിയെയോർത്തുള്ള അഭിമാനം. അച്ഛന്റെ കൂടെ ആനപ്പുറത്തു കയ റുന്നതുതന്നെ നല്ല ഗമയാണ്. അപ്പോൾ പിന്നെ കാട്ടിലെ രാജാവിന്റെ പുറത്തു കയറി സവാരി നടത്തുന്നതോ?

തൃപ്തമോൾ വളർന്നു.

കഥയുടെ ഭാവം മാറി.

ക്യൂൻമേരീസ് കോളേജിന്റെ ഹോസ്റ്റൽ മുറിയിലിരുന്നുകൊണ്ടു മിസ് തൃപ്താ ഗെഹ്ലോട്ട് ചിരിക്കും. ആ കഥയിലെ അന്ധവിശ്വാസ ജഢില തയെ പുച്ഛിക്കും. എന്നിട്ടും മനസ്സിൽനിന്നു മായാത്ത ആ കഥയ്ക്ക് തന തായ രൂപം കണ്ടെത്തുകയായിരുന്നു. അതിന്റെ പുതിയ രൂപത്തിൽ പുതിയ ഭാവത്തിൽ അലിഞ്ഞുചേർന്നു. ജമീന്ദാർ പുത്രിയുടെ ഭാഗം സ്വയ മെടുത്തണിഞ്ഞു.

സൂര്യരശ്മികൾക്കു കടന്നു ചെല്ലാനാവാത്തവിധം ഇരുട്ടുകൊണ്ടു കോട്ടകെട്ടി നില്ക്കുന്ന ഗിർവനം. പച്ചകൊണ്ടു ചായം തേച്ച ഗീർഗ്രാമം. കലങ്ങിയൊഴുകുന്ന ഗിരാഗി നദി.

അവളങ്ങനെ, വെളുത്ത കൈകളഴിക്കാൻ ശ്രമിക്കുന്ന സാരിത്തലപ്പു വലിച്ചെടുക്കാൻ തത്രപ്പെടും.

അകലെ ഗിരാഗന്റെ ഗർജ്ജനം കേൾക്കും.

പിന്നെ ഗിരാഗന്റെ പുറത്ത് ഞെളിഞ്ഞിരുന്ന് സവാരി നടത്തും......

അഞ്ച്

ആഞ്ഞടിക്കുന്ന ചുടുക്കാറ്റിൽ മണൽത്തരികൾ ഉയർന്നു പൊങ്ങി അന്തരീക്ഷത്തിൽനിന്നു കറങ്ങി. പണ്ടെങ്ങോ വായിച്ച ഓർമ്മ. മേഘപാളികളെക്കെട്ടി പട്ടം പറപ്പിക്കാൻ പ്രകൃതി കയറുപിരിക്കുന്നു. വാറണ്ടോഫീസർ രാജൻ അതുനോക്കിയിരുന്ന് ആസ്വദിക്കുകയായിരുന്നു.

സുബേദാർ മേജർ കയറിവന്നു. രാജൻ എണീറ്റുനിന്ന് ആദരവു കാണിച്ചു.

സുബേദാർ മേജർ രാജനെതിരേ കസേരിയിലിരുന്നു. അദ്ദേഹത്തിന്റെ വാടിയ മനസ്സിന്റെ ദൗർബല്യം ബാധിച്ച ശരീരം വിയർപ്പിൽ കുളിച്ചിരുന്നു.

“രാജൻ നാമൊരുമിച്ച് ദില്ലിയിൽ കഴിഞ്ഞിരുന്നത് താനോർക്കുന്നോ?”

“തീർച്ചയായും സാർ. നമ്മുടെ സൗഹൃദത്തിന്റെ തുടക്കംതന്നെ അവിടെ നിന്നല്ലെ.”

“തന്റെ വിപ്ലവ പ്രസംഗങ്ങളൊക്കെ ഞാനോർക്കുകയാണ്.”

സുബേദാർ മേജർ കൂടുതൽ പരവശനായി കാണപ്പെട്ടു.

ന്യൂഡൽഹിയിൽ ആനന്ദ് പർബ്വതിലെ വാറണ്ടോഫീസർ പിള്ളയുടെ തൊട്ടടുത്ത ക്വാർട്ടറിൽ താമസിച്ചിരുന്നത് അദ്ദേഹമായിരുന്നു. രാജനെന്ന ശാന്തശീലനായ വാറണ്ടോഫീസറുടെ സരസമായ സംഭാഷണങ്ങളും യുക്തിയിലധിഷ്ഠിതമായ വാദങ്ങളും അദ്ദേഹം ഇഷ്ടപ്പെട്ടു. ആ ഇഷ്ടം നല്ല അടുപ്പമായി.

യേശു ക്രിസ്തുവും ശ്രീകൃഷ്ണനും മുഹമ്മദുമെല്ലാം അവർ ജീവിച്ചിരുന്ന കാലഘട്ടത്തിലെ വിപ്ലവകാരികളായിരുന്നുവെന്നയാൾ സമർത്ഥിച്ചു.

യുഗത്തിന്റെ വിപ്ലവകാരിയായ എബ്രഹാം ലിങ്കൺ അടിമകളെ സ്വതന്ത്രരാക്കി.

മാർക്സും ഏംഗൽസും മഹാഭൂരിപക്ഷത്തെ അടിമകളാക്കിവയ്ക്കുന്ന, വെടിവയ്ക്കാൻ തോക്കും വിധിക്കാൻ കോടതിയും പീഡനങ്ങൾക്കു തടവറയും സ്വന്തമായുള്ള ന്യൂനപക്ഷത്തിനു നേരെ വിരൽ ചൂണ്ടി.

ജനങ്ങൾ ഉണർന്നു. നാടുകളിൽനിന്ന് അടിമത്തച്ചങ്ങലകൾ പൊട്ടിച്ചെറിയപ്പെട്ടു. വിദേശി ഭരണത്തിൽനിന്ന് രാജ്യങ്ങൾ സ്വതന്ത്രങ്ങളായി. എങ്കിലും ആ രാജ്യങ്ങളിൽപ്പോലും ഇന്നും അടിമത്തം നിലനില്ക്കുന്നു – മിലിറ്ററിയുടെ രൂപത്തിൽ. ഭരണകൂടത്തിലെ നീരാളിയെന്നു വിശേഷിപ്പിക്കാവുന്ന മിലിറ്ററി. ചൂഷണങ്ങളില്ലാത്ത സാമൂഹ്യഘടനയിൽ ഭരണകൂടം കൊഴിഞ്ഞുമാറുമ്പോൾ അവസാനംമാത്രം കൊഴിഞ്ഞുവീഴുമെന്നു മാർക്സ് പറഞ്ഞ മിലിറ്ററി....

ശിപായി ഒരു അടിമ. നോൺ കമ്മീഷൻഡ് ഓഫീസർ അടിമമേയ്ക്കുന്നവൻ. ജൂനിയർ കമ്മീഷൻഡ് ഓഫീസർ മേസ്തിരി. ഓഫീസർ ഉടമസ്ഥൻ.

അതെ. എല്ലാം ഓഫീസർക്കുമുമ്പിൽ ഓച്ഛാനിച്ചു നില്ക്കുന്ന അടിമകൾ തന്നെ.

“പക്ഷേ, രാജൻ, അന്നു തന്റെ ആ പ്രസംഗങ്ങളൊക്കെ ഞാൻ ബാലിശമായി കണക്കാക്കിയിരുന്നു. ഞാൻ പറയുമായിരുന്നു, താൻ ലോകം കണ്ടിട്ടില്ലാത്ത പയ്യനാണെന്ന്. താനതിനു മറുപടി പറഞ്ഞത്, സിവിലിൽ ജോലി ചെയ്ത് അതിന്റെ സ്വാതന്ത്ര്യം അറിഞ്ഞവർക്കേ പട്ടാളത്തിന്റെ പാരതന്ത്ര്യം ശരിക്കറിയൂ എന്നാണ്.”

വാറണ്ടോഫീസർ രാജൻ ചിരിച്ചു. പട്ടാളത്തിലെ അടിമത്തത്തെക്കുറിച്ചു താൻ പറയാറുള്ളപ്പോഴൊക്കെ സുബേദാർ മേജറും ശക്തിയായി എതിർത്തിരുന്നു.

കയറൂരി വിട്ടാൽ ഡിസിപ്ലിനില്ലാതാവും. ഡിസിപ്ലിനില്ലെങ്കിൽ എന്തു പട്ടാളം. യുദ്ധം വരുമ്പോൾ തിരിഞ്ഞോടില്ലേ?

ഡിസിപ്ലിനെന്ന ഒറ്റവാക്കിൽ സർവ്വപട്ടാളക്കാരെയും അടിമകളാക്കി വച്ചിരിക്കുന്നു. ഓരോ പട്ടാളക്കാരനും ഭയത്തിന്റെ നിഴലിലാണ്. ശത്രു ഭയമല്ല. സ്വന്തം റെജിമെന്റിലെ എൻ സി ഓവിനെ. ജേ സി ഓവിനെ. ഓഫീസറെ. ഭയപ്പെടുത്തി യുദ്ധക്കളത്തിലയച്ചാൽ ജയം നേടാനാവില്ലെന്ന് ഒന്നിലധികം യുദ്ധങ്ങളിലൂടെ നാം പഠിച്ചു. ദേശസ്നേഹത്തിന്റെയും ജനങ്ങളോടുള്ള കടപ്പാടിന്റെയും ബഹിർസ്ഫുരണമായിട്ടവർ യുദ്ധം ചെയ്യട്ടെ. മനുഷ്യന്റെ അചൂഷിതമായ അവസ്ഥ പ്രാപിക്കുവാനുള്ള ധർമ്മസമരത്തിന്റെ പോരാളികളാവാൻ അവരെ അനുവദിക്കുക. ഏതു യുദ്ധത്തിലും അവർ ജയിച്ചുവരും.

അതു പറയുമ്പോഴൊക്കെ ശക്തിയായി എതിർത്തിരുന്ന സുബേദാർ മേജറാണ് പരവശനായി തനിക്കു മുമ്പിലിരിക്കുന്നത്.

വാറണ്ടോഫീസർ രാജൻ ചിരിച്ചു. രണ്ടു കപ്പു ചായ കൊണ്ടുവരാൻ ശിപായിയെ വിളിച്ചു പറഞ്ഞു.

എന്തോ ഗൗരവമായ കാര്യം ഉണ്ടായിട്ടുണ്ട്. അല്ലെങ്കിൽ സുബേദാർ മേജർ ഇത്ര നിലതെറ്റി സംസാരിക്കുമായിരുന്നില്ല. രാജൻ രഹസ്യമായി ചോദിക്കുംവിധം ശബ്ദമടക്കിക്കൊണ്ടു ചോദിച്ചു:

"സാർ കമാണ്ടിങ് ഓഫീസറെ കാണാൻ പോയിട്ടെന്തായി?"

"അക്കാര്യം കേട്ടാൽ തനിക്കു താങ്ങാൻ കഴിയുമോയെന്നു സംശയമാണ്. ഇത്രയും സർവ്വീസുള്ള എന്നെ ഈ മട്ടിലാക്കിയതാണ് കാര്യം. ഒരു ശിപായിയെ ഓഫീസർമാർ ക്രൂശിക്കാൻ തീരുമാനിച്ചിരിക്കുന്നു."

സുബേദാർ മേജർ പല്ലുഞെരിച്ചു.

"അതിനുമുമ്പ്.... അതിനുമുമ്പ്...."

സുബേദാർ മേജർ അതു മുഴുമിപ്പിച്ചില്ല. കവിളെല്ലുകൾ വശങ്ങളിലേക്കു തള്ളി, കണ്ണു പുറത്തേക്കു തള്ളി അദ്ദേഹം ഇരിക്കുന്നതു കണ്ടപ്പോൾ രാജൻ തന്നെ ഭയന്നുപോയി.

എന്തോ പൊട്ടിത്തെറി നടക്കാൻ പോകുന്നുണ്ട്.

സുബേദാർ മേജർ വെളിയിലേക്കു നോക്കിയത് അപ്പോഴാണ്.

പരേഡ് ഗ്രൗണ്ടിൽ ഒരു എൻ സി ഓ ഒരു ശിപായിയെ പാക്ക്ഡ്രിൽ ചെയ്യിക്കുന്നു.

പട്ടാളക്കാരന്റെ 'പൊറുതി സാധനങ്ങൾ' നിറയ്ക്കുന്ന ബഡാപിട്ടുവെന്ന് ഓമനപ്പേരുള്ള വലിയ സഞ്ചി. അതിനകത്തു മണൽ നിറച്ച് പുറത്തു വച്ചുകെട്ടി അങ്ങോട്ടും ഇങ്ങോട്ടും ഓടുക. അരമണിക്കൂർ ചെയ്യുമ്പോഴേക്കും അമ്മ തന്ന മുലപ്പാൽ കക്കിപ്പോയാൽ അതിൽ അത്ഭുതപ്പെടാനില്ല.

സുബേദാർ മേജർ എൻ സി ഓവിനേയും ശിപായിയേയും വിളിപ്പിച്ചു. ശിപായി ആകെ അവശനായിരുന്നു. പ്രാഞ്ചിക്കിതച്ചാണയാൾ അവിടെ വരെ എത്തിയത്.

സുബേദാർ മേജർ എൻ സി ഓവിനോടു ചോദിച്ചു:

"എന്തിനാണിയാളെ പീട്ടൂപ്പരേഡ് ചെയ്യിക്കുന്നത്?"

"കേണൽ സാബു പറഞ്ഞിട്ടാണ്."

"കാരണം?"

"കാരണം അറിഞ്ഞുകൂടാ സാബ്."

"നീയൊക്കെ സുവറിന്റെ വർഗ്ഗത്തിൽപ്പെട്ടവനാടാ," സുബേദാർ മേജർ ദേഷ്യത്തിൽ പറഞ്ഞു. എന്നിട്ടു തിരിഞ്ഞു ശിപായിയോടു ചോദിച്ചു:

"തനിക്കെങ്കിലും അറിയാമോ?"

"അറിയാം സാബ്"

"എന്നാൽ പറയ്"

"കഴിഞ്ഞ ആഴ്ച മുതൽ ഞാൻ ക്യാപ്റ്റൻ ചോപ്രാ സാബിന്റെ ബാറ്റുമാനാണ്. ഇന്നലെ മേംസാബ് ഒരു കെട്ടു തുണികളെടുത്തിട്ടു തന്നു, അലക്കാനെന്നും പറഞ്ഞ്. എല്ലാം വിരിച്ചിട്ടപ്പോ ഒരു സാരി അല്പം കീറിയിരിക്കുന്നതു കണ്ടു. ഞാനതു മേംസാബിനെ കാണിച്ചു കൊടുത്തു. ഇന്ന

ലെയും കൂടി പാർട്ടിക്ക് ഉടുത്തുകൊണ്ടു പോയ സാരിയാണ്, വാങ്ങിയിട്ട് ഒരാഴ്ച തികഞ്ഞിട്ടില്ല. ഇത്രയും തുണി അലക്കാൻ പറഞ്ഞ ദേഷ്യത്തിന് ഈ ശവം കരുതിക്കൂട്ടി ചെയ്തതാണെന്നുമൊക്കെ മേംസാബു പറഞ്ഞപ്പോ ഞാൻ പറഞ്ഞു, വല്ല സ്കൂട്ടറിലോ ആണിയിലോ കൊണ്ടു കീറിയതായിരിക്കുമെന്ന്. അതവർക്ക് രസിച്ചില്ല. തിരിച്ച് ഉത്തരം പറയുന്ന വങ്കനാണ് ഇവൻ എന്നു പറഞ്ഞുകൊണ്ട് കേണൽ സാബിനോടു പരാതി പറഞ്ഞു. ഇവൻ അഹങ്കാരിയാണ് നിഷേധിയാണ് കണക്കിനു ശിക്ഷിക്കണം എന്നും പറഞ്ഞു. കേണൽ സാബ് എന്നോട് ഒരക്ഷരം ചോദിച്ചില്ല. നായിക്ക് സാബിനെ വിളിച്ചു പറഞ്ഞു എന്നെ ഇങ്ങനെ ദിവസവും ഈരണ്ടു മണിക്കൂർ പീട്ടൂപ്പരേഡ് ചെയ്യിക്കണമെന്ന്."

"താൻ പീട്ടു അഴിക്ക്."

ശിപായി പുറത്തെ കെട്ടഴിച്ചു വച്ചു.

"മേലിൽ എന്റെ അറിവും സമ്മതവും കൂടാതെ ഈ റെജിമെന്റിൽ ഒരൊറ്റ ശിപായിപോലും പീട്ടൂപ്പരേഡ് ചെയ്യുകയില്ല, അണ്ടർ സ്റ്റാൻഡ്?"

അതൊരു അലർച്ചയായിരുന്നു.

"യെസ് സാർ." അത്രയും പറഞ്ഞു എൻ സി ഓ അവിടെ നിന്ന് തടി ഊരി.

സുബേദാർ മേജർ ഒരു വിപ്ലവകാരിയെപ്പോലെ തുടർന്നു. ഡബ്ലിയു ഈ ടിയിൽ ഓഫീസർമാർക്കും ജേ സി ഓമാർക്കും ബാറ്റ്മാൻ ഓതറൈസ്ഡ് ആണ്. ബാറ്റ്മാൻ എന്നാൽ അവർക്കു തോന്നിയ ഏതു പണികളും ചെയ്യിക്കാനുള്ള അടിമയല്ല. ചില 'അവന്മാരുടെയൊക്കെ അവളുമാര്' അടിവസ്ത്രങ്ങൾ വരെ ഈ ജവാന്മാരെക്കൊണ്ട് കഴുകിക്കാറുണ്ട്. ഓഫീസറുടെ ഭാര്യയല്ലേ എന്നുവച്ച് ഭയന്ന് അവരതു ചെയ്യുകയും ചെയ്യും. എന്നാലും അവന്മാർക്കും അവളുമാർക്കും മുറുമുറുപ്പാണ്.

ചായ കുടിച്ചപ്പോൾ അല്പം ഉന്മേഷം കിട്ടിയപോലെ തോന്നി. കേണലിന്റെ മുറിയിൽ നിന്നുകേട്ട സംഭാഷണവും തുടർന്നുള്ള സംഭവങ്ങളും സുബേദാർ മേജർ രാജനോട് സവിസ്തരം പറഞ്ഞു. ദില്ലിയിൽ സഹപ്രവർത്തകർ ബുദ്ധിജീവി എന്നു വിളിച്ചിരുന്ന രാജനോട് അയാൾക്കു പ്രത്യേക സ്നേഹമാണുള്ളത്. രാജന്റെ അഭിപ്രായങ്ങളോട് ആദരവും.

"ഓഫീസർമാരുടെ ഓരോ ചലനവും നാമിക്കാര്യത്തിൽ അറിയേണ്ടിയിരിക്കുന്നു സർ."

"ശരിയാണു രാജൻ അതിനെതു ചെയ്യണം."

"ആദ്യമായി, അവർക്കു കൊടുത്തിട്ടുള്ള ബാറ്റ്മാന്മാരെ മാറ്റി അവരുടെ സ്ഥാനത്ത് നമുക്കു വിശ്വാസമുള്ള ആത്മാർത്ഥതയും ചുറുചുറുക്കുമുള്ള ചെറുപ്പക്കാരെ വിടണം. ഓഫീസർ മെസ്സിലെ ബെയററർമാരെയും അതുപോലെ മാറ്റി പ്രതിഷ്ഠിക്കണം."

"ശരി. പിന്നെ?"

"ബാക്കി കാര്യം നമുക്കു ചെയ്യാവുന്നതേയുള്ളൂ."

"എങ്ങനെ?"

"സംഭവത്തിന്റെ ഗുരുതരാവസ്ഥയും അതിനെ നേരിടാൻ സാറുദ്ദേശിക്കുന്ന രീതിയും കാര്യങ്ങളും ഇന്നു വൈകിട്ട് ജേ സി ഓമാരെ സാറ് അറിയിക്കുക."

"അവരുടെ പ്രതികരണം മറിച്ചായിരുന്നാൽ?"

"അത് സുബേദാർ മേജർ എന്ന അങ്ങയുടെ വാക്കിനെയും നോക്കിനെയും ആശ്രയിച്ചിരിക്കും. ഒരു സുബേദാർ മേജറുടെ ഗമയിൽ, ചങ്കുറപ്പോടെ ഉത്തരവിന്റേതല്ലാത്തതെങ്കിലും മുറുക്കമുള്ള ഭാഷയിൽ സംസാരിക്കുക. സകലരും സാറിന്റെ കാൽതൊട്ടു വന്ദിച്ച് കൂടെ വരും."

"തീർച്ചയാണോ രാജൻ"

"തീർച്ചയാണ്"

"ഇതു സിവിലല്ല. പട്ടാളമാണ്."

"സിവിലിലാണ് എന്റെ 'ലിയ' നെങ്കിലും ഒരു പട്ടാളക്കാരനായിട്ട് അഞ്ചുകൊല്ലമായി സാർ."

"ഇതൊരു സഹജീവിയുടെ ജീവന്റെ പ്രശ്നമാണു രാജൻ. പരീക്ഷണങ്ങൾ കഴിയുന്നതും കുറച്ചേ ആകാവൂ എന്നാണ് ഞാൻ പറഞ്ഞതിന്റെ അർത്ഥം."

"സാറ് യാതൊരു തരത്തിലും ഭയപ്പെടേണ്ട. ഇന്നു ഡിന്നറിനു മുമ്പ് മെസ്സിൽവച്ച് സാറിക്കാര്യം അവതരിപ്പിക്കൂ. അവിടത്തെ പ്രതികരണം അനുസരിച്ചു നീങ്ങാം."

സുബേദാർ മേജർ എണീറ്റു.

ഓഫീസർമാരുടെ ബാറ്റുമാന്മാർ ആരെല്ലാമാണെന്ന് അന്വേഷിച്ചറിഞ്ഞ് രാജൻ പറഞ്ഞമാതിരി ചില മാറ്റങ്ങൾ വരുത്തി. അവരെ ഓരോരുത്തരെയും ഓരോ ചാരന്മാരുടെ നിലയിൽ ബോധവാന്മാരാക്കിയിട്ടേ അദ്ദേഹം മുറിയിലേക്കു തിരിച്ചു പോയുള്ളൂ.

നടക്കും വഴിയിൽ അദ്ദേഹം എന്തോ പിറുപിറുത്തുകൊണ്ടിരുന്നു.

സുബേദാർ മേജറുടെ കൺമുമ്പിൽ മേശമേൽ നീലച്ചട്ടയുള്ള നോട്ടുപുസ്തകം തുറന്നു കിടന്നു.

മണൽപ്പരപ്പിൽ അന്ധകാരം മുറ്റിനിന്നു. ദൂരെദൂരെ പ്രകാശം കറുത്തുനിന്നു.

അപ്പോഴും ആദിവാസിച്ചാളകളിൽനിന്ന് പ്രാകൃതഭാഷയിലുള്ള നാടോടിപ്പാട്ടുകൾ വാറ്റുചാരായത്തിന്റെ ലഹരിപോലെ പരന്നൊഴുകി.

"....ഹിയാരേയ്......."

ആറ്

ആദി മുതലുള്ള മനുഷ്യന്റെ അറിയപ്പെടുന്ന ചരിത്രമെടുത്താൽ, സഹോദരൻ സഹോദരിയുമായും പെൺമക്കൾ പിതാവുമായും ഇണ ചേർന്ന സംഭവങ്ങളുണ്ട്. വംശത്തിന്റെ നിലനില്പിനുള്ള പ്രജനനമെന്ന പരിപാവനമായ ഉദ്ദേശ്യത്തോടെയായിരുന്നു അവയെല്ലാം. അനാദികാലത്തിന്റെ ആ ചരിത്രം വികൃതമായ രീതിയിൽ മ്ലേച്ഛമായ ലൈംഗികാസക്തിയിൽ ബലികഴിക്കപ്പെട്ടു പോരുന്ന ഒരു വേദി.

"അവൾ വേശ്യയാണ്" - ലഫ്റ്റനന്റ് കുമാർ ചുവന്ന, കറങ്ങുന്ന കണ്ണുകൾ തുറിപ്പിച്ചുകൊണ്ട് അലറി.

"അതെ. അവൾ വർഗ്ഗത്തിന്റെ മാനം നശിപ്പിച്ചവളാണ്. അവളെ കൊല്ലണം." ഗ്ലാസിൽ ബാക്കിയുണ്ടായിരുന്ന റം കൂടി ഒറ്റവലിക്കകത്താക്കി മേശമേൽ ശക്തിയായി ഇടിച്ചുകൊണ്ട് ക്യാപ്റ്റൻ ഗുർജർ പ്രഖ്യാപിച്ചു.

"അവൾ എന്റെ ഭാര്യയായിരുന്നുവെങ്കിൽ ഞാനവളെ വെടിവെച്ചു കൊല്ലുമായിരുന്നു." കുമാറിന്റെ ദേഷ്യത്തിനു കുറവു വന്നില്ല.

മേജർ രത്തൻസിങ് തലയും താഴ്ത്തിയിരുന്ന് മുമ്പിൽ നിറഞ്ഞിരിക്കുന്ന പാത്രത്തിൽനിന്ന് മൊത്തിമൊത്തി കുടിച്ചുകൊണ്ടിരുന്നു.

"സയലൻസ്"

കേണൽ അല്പം സ്വരമുയർത്തിക്കൊണ്ടു പറഞ്ഞു. രംഗം നിശ്ശബ്ദമായി. അയാൾ തുടർന്നു:

"നിങ്ങളിൽ എത്രപേർക്കു പറയാൻ കഴിയും സ്വന്തം ഭാര്യ പരിശുദ്ധയാണെന്ന്. അതിനു ധൈര്യമുള്ളവരുണ്ടെങ്കിൽ അവർ കല്ലെറിയട്ടെ."

കേണൽ വീണ്ടും ചോദിച്ചു.

"ആരുമില്ലേ?"

ആരും മിണ്ടിയില്ല.

കേണലിന്റെ വീണ്ടും വീണ്ടുമുള്ള ചോദ്യത്തിൽ ഉത്തേജിതനായി ക്യാപ്റ്റൻ ഗുർജൻ നാലുപാടും ഒന്നുനോക്കി. അല്പം ഗമയിൽത്തന്നെ എണീറ്റു.

കേണൽ പറഞ്ഞു.

"എന്റെ മുമ്പിൽ ഇക്കാര്യത്തിന് എണീക്കാൻ നിങ്ങൾ അയോഗ്യനാണ്. കോൺഫിഡൻഷ്യൽ റിപ്പോർട്ടിൽ വീണ ചുവന്ന റിമാർക്കുകൊണ്ട് തടയപ്പെട്ട താങ്കളുടെ തോളിലെ മൂന്നാമത്തെ നക്ഷത്രം തിളങ്ങാൻ തുടങ്ങിയത്..."

കൂടുതൽ പറയേണ്ടിവന്നില്ല. കൈപ്പടം തുറന്നു കല്ലു താഴെവീണു. എറിയാൻ അശക്തനായ ഗുർജൻ തലതാഴ്ത്തി ഇരുന്നു കഴിഞ്ഞു.

"എനി വൺ മോർ"

ആരുമില്ല.

ചെറുപ്പക്കാരനായ ലെഫ്റ്റനന്റിനു നേരെ നോക്കി കേണൽ പറഞ്ഞു:

"മിസ്റ്റർ റാം ഗോപാൽ അവിവാഹിതനായ നിങ്ങളെന്തേ ധൈര്യമായി എഴുന്നേല്ക്കാത്തത്?"

"ഇതെല്ലാം കേൾക്കുമ്പോൾ എനിക്കും ആകെയൊരു സംശയം സാർ?"

ഒരു 'വിറ്റാ'ണെങ്കിലും കേണലൊഴിച്ച് ആരും തന്നെ ചിരിച്ചില്ല.

നിശ്ശബ്ദത തളം കെട്ടി നിന്ന ചുറ്റുപാടിൽ കേണലിന്റെ ശക്തമായ സ്വരം അലകൊണ്ടു.

"വർഗ്ഗത്തിന്റെ മാനം കാക്കാനറിയാൻ മേലാത്ത പരിഷകളാണു നിങ്ങൾ. പരസ്പരം കുറ്റപ്പെടുത്താനല്ലാതെ ഒത്തൊരുമിച്ചു പൊരുതാൻ നിങ്ങൾക്കു കഴിയുകയില്ല. പട്ടാളത്തിൽ ഓഫീസർമാരായി കുലമഹിമയുള്ളവരെ എടുക്കണമെന്ന് പറയുന്നതിതാണ്. അണ്ടനെയും അടകോടനെയുമെടുത്താൽ ഇതുപോലെ തമ്മിൽ തല്ലാതിരുന്നാലേ അത്ഭുതമുള്ളൂ."

കേണൽ ചുറ്റുംനോക്കി. എല്ലാവരും തലയും കുമ്പിട്ടിരിക്കുകയാണ്. തന്റെ പ്രസംഗത്തിന് അല്പാല്പം ഫലം ഉണ്ടാകുന്നുണ്ടെന്നയാൾ കണ്ടു. അയാൾ തുടർന്നു.

"നിങ്ങൾ ആര്, എങ്ങനെയാണെന്ന് എനിക്കറിയാം. ആനുവൽ കോൺഫിഡൻഷ്യൽ റിപ്പോർട്ടിന്റെ കരടുരൂപം തയ്യാറാക്കിക്കൊണ്ടിരിക്കുകയാണ് ഞാൻ. ഈ ഘട്ടത്തിൽ ഞാൻ ചോദിക്കുകയാണ്, ഓഫീസറെ അപമാനിച്ച ഒരു പീറ ശിപായിയെ - ഒരു പട്ടിയെന്നു പറഞ്ഞാൽ മതി - വെടിവെച്ചു കൊല്ലാൻ തയ്യാറുള്ള എത്രപേര് ഇതിലുണ്ട്."

അയാൾ പാന്റ്സിന്റെ പോക്കറ്റിൽ മുൻകൂട്ടി കരുതിയിരുന്ന കൈത്തോക്കെടുത്ത് അലസമായി മേശപ്പുറത്തിട്ടു.

പ്രതികരണം വിചാരിച്ചതിനേക്കാൾ ഉത്തേജനകരമായിരുന്നു.

"ഞാനുണ്ട് സാർ."

ലഹരിയിൽ കുഴഞ്ഞ നാവിൽനിന്നു പുറപ്പെട്ട ആ സ്വരത്തിന് അനേകം പ്രതിദ്ധ്വനികളുണ്ടായി.

"ഞാനുണ്ട് സാർ"

"ഞാൻ സാർ"

"ഞാൻ"

"ഞാൻ"

മേജർ രത്തൻസിങ് മാത്രം തലതാഴ്ത്തി അഗാധ ദുഃഖത്തിലെന്നോണം അനങ്ങാതെയിരുന്നു.

മുന്നോട്ടാഞ്ഞുവന്ന ഒന്നു രണ്ടുപേരെ തടഞ്ഞുവച്ച്, കൈത്തോക്കു കൈയിലെടുത്തു കൊണ്ടു കേണൽ പറഞ്ഞു:

"വെരിഗുഡ് മൈ ഡിയർ ബോയ്സ്, വെരിഗുഡ്. ഗോ ടു യുവർ സീറ്റ്സ് ആൻ ബി ക്വയറ്റ്."

അനുസരണയുള്ള നായ്ക്കളെപ്പോലെ അവർ അവരവരുടെ സ്ഥാനങ്ങളിൽ ചെന്നിരുന്നു. കേണൽ സ്വന്തം കൈക്കൊണ്ടവർക്കു മദ്യം പകർന്നു കൊടുത്തു.

തനിക്കുവേണ്ടി പകർന്നുവച്ച മദ്യത്തിൽ അല്പം വെള്ളമൊഴിച്ച് ഒന്നു രണ്ടിറക്കി, കേണൽ സ്വസ്ഥാനത്തു വന്നുനിന്നു. അയാൾ വീണ്ടും അവരെ അഭിസംബോധന ചെയ്തു.

"മൈ ഡിയർ ബോയ്സ്... നിങ്ങളുടെ ആവേശത്തിലും ആത്മാർത്ഥതയിലും എനിക്ക് അത്യധികം ആനന്ദമുണ്ട്. നിങ്ങളുടെ ആനുവൽ കോൺഫിഡൻഷ്യൽ റിപ്പോർട്ടിൽ എന്റെ പേനയ്ക്കു കരുത്തുള്ളത്ര നല്ല റിമാർക്കുകളുണ്ടാവും."

ലഹരി അപഹരിച്ച മുഖങ്ങളിൽ തെളിച്ചത്തിന്റെ ഛായ.

കേണൽ തുടർന്നു: "നിങ്ങളുടെ ആവേശം എന്നേയും ആവേശഭരിതനാക്കിയിരിക്കുന്നു. ഇപ്പോൾത്തന്നെ ചെന്ന് ആ വൃത്തികെട്ട നായയെ വെടിവെച്ചു കൊല്ലാനുള്ള വ്യഗ്രത എനിക്കുണ്ട്. പക്ഷേ, അങ്ങനെ ചെയ്താൽ ഞാനും നിങ്ങളും നാളെ കാരാഗൃഹത്തിന്റെ കൂരിരുട്ടിൽ തപ്പിത്തപ്പി നടക്കേണ്ടിവരും."

"അയാം റെഡി ടു ഗോ ടു ജയിൽ ഫോർ ദിസ് നോബ്ൾ പർപ്പസ് സാർ."

ക്യാപ്റ്റൻ ഗുർജർ വഴങ്ങാത്ത നാവിനെ മെരുക്കാൻ ശ്രമിച്ചുകൊണ്ടു പറഞ്ഞു.

കേണൽ പറഞ്ഞു:

"നമ്മളിലാരും ജയിലിൽ പോകാൻ പാടില്ല. അതിനു ഞാൻ അനുവദിക്കില്ല. അല്ലാതെതന്നെ ധാരാളം വഴികളുള്ളപ്പോൾ നാമെന്തിന് അതിനെല്ലാം പോകുന്നു."

കേണൽ മദ്യചഷകം കൈയിലെടുത്തു.

എല്ലാവരും ആകാംക്ഷയോടെ തമ്മിൽത്തമ്മിൽ നോക്കി.

"ആ വഴിയെപ്പറ്റിയായിരിക്കും നിങ്ങളുടെ ആകാംക്ഷ."

രണ്ടിറക്ക് മദ്യംകൂടി അകത്താക്കിക്കൊണ്ട് കേണൽ തുടർന്നു:

"നമ്മുടെ ഫയറിങ് പ്രാക്ടീസ് വരുന്നു. ഗ്രെനേഡ് ഫയറിങ് വരുന്നു. കൂടാതെ വാർ എക്സർസൈസ് വരുന്നു." കേണൽ അല്പം നിർത്തി.

"ഇത്രയും പറഞ്ഞിട്ടും നിങ്ങൾക്കു വഴി തിരിഞ്ഞില്ലെന്നോ."

"സാർ, ദാറ്റ് മീൻസ് വി ആർ ഗോയിങ് ടു കണ്ടക്ട് എ റോയൽ ഹണ്ട്" - ക്യാപ്റ്റൻ ഗുർജർ പറഞ്ഞു.

"എക്സാക്റ്റ്ലി മൈ ഡിയർ മിസ്റ്റർ ഗുർജർ. റിയലി വി ആർ ഗോയിങ് ടു കണ്ടക്ട് എ റോയൽ ഹണ്ട്. പള്ളിവേട്ട. സത്യത്തിലൊരു പള്ളിവേട്ട. ഹ. ഹ. ഹ...."

കേണലിന്റെ ചിരി തകരം കൊണ്ടു നിർമ്മിച്ച ചുമരുകളിൽ മാറ്റൊലിക്കൊണ്ടു.

"ഒരു കൈത്തെറ്റ്. ഒന്നു രണ്ടു കാഷ്വാലിറ്റികൾ. അത്രയും കാര്യങ്ങളൊക്കെ സമർത്ഥിക്കാനെന്റെ പേനയ്ക്കു കരുത്തില്ലെങ്കിൽ പിന്നെ ഞാനെന്തു കേണൽ. ഞാനെന്തു കമാണ്ടിങ് ഓഫീസർ.... മനസ്സിലാകുന്നുണ്ടല്ലോ?"

"യെസ് സർ"

അവർക്ക് കൂടുതൽ ആത്മധൈര്യം പകർന്നുകൊടുത്തു കൊണ്ട് സ്വയം ആത്മധൈര്യം ഗ്ലാസിൽനിന്ന് അകത്തേക്ക് പകരുമ്പോൾ സുന്ദരിയായ തൃപ്താരത്തൻ തന്നെ ഏറുകണ്ണെറിഞ്ഞു ക്ഷണിക്കുന്നതയാൾ മനസ്സിൽക്കണ്ടു.

ലഫ്റ്റനന്റ് രാംഗോപാൽ അല്പം പേടിയോടെ അടക്കിയ സ്വരത്തിൽ പറഞ്ഞു:

"സാർ ഡോണ്ട് മിസ്സണ്ടർസ്റ്റാൻഡ് മി. നമ്മൾ ഇവിടെ പ്രത്യേക യോഗം ചേർന്നതും ഇപ്രകാരം തീരുമാനിച്ചതും പുറത്തറിഞ്ഞാൽ?....."

"പേടിക്കേണ്ട മിസ്റ്റർ റാം ഗോപാൽ. അതുകൊണ്ടല്ലേ സകല ബെയർമാരെയും കുക്കുകളെയും ഞാൻ തന്നെ നേരത്തേ പിക്ചറിനു പറഞ്ഞയച്ചത്. ഔട്ട്പാസ് ഞാൻ നേരിട്ടുതന്നെ എഴുതിക്കൊടുത്തിരിക്കുകയാണ്. സിനിമയ്ക്കുള്ള പൈസയും കൊടുത്തിട്ടുണ്ട്."

കേണൽ അതു പറഞ്ഞു തീരും മുമ്പേ റാംഗോപാലിന്റെ അഭിനന്ദനം വന്നു കഴിഞ്ഞു.

"സാർ യൂ ആർ സൂപ്പർ നാച്ചുറലീ ജീനിയസ്!"

കേണൽ സന്തുഷ്ടനായി. അയാൾ പറഞ്ഞു: "ഇന്നത്തെ പാർട്ടിയുടെ വക നിങ്ങളുടെ ആരുടെയും മാസാന്ത ബില്ലിൽ വരികയില്ല. അതു ഞാൻ റെജിമെന്റൽ ഫണ്ടിൽ നിന്നു സാങ്ഷനാക്കിയിരിക്കുന്നു."

മദ്യത്തിന്റെ ലഹരിയിൽ, വാതിൽ തുറന്ന് അവർ പുറത്തിറങ്ങുമ്പോൾ തങ്ങളുടെ മുഴുവൻ കോപ്പിരാട്ടികളും കടുകിട വിടാതെ കാണുകയും കേൾക്കുകയും ചെയ്ത രണ്ട് ഉറച്ച മനുഷ്യരെ അവർ കണ്ടില്ല.

ഇരുട്ടു പരത്തുന്ന മണൽത്തരികളിൽ അടയാളം വീണുകിടന്ന ചവുട്ടടിപ്പാത പാമ്പിന്റെ സഞ്ചാര പഥംപോലെ അവർക്കു മുമ്പിൽ ഉറക്കൂടിയ ലഹരിയിൽ വളഞ്ഞു പുളഞ്ഞു കിടന്നു.

ആദിവാസിച്ചാളകൾക്കു പുറത്ത് പുരുഷ ശബ്ദങ്ങൾ ക്ഷണിക്കുകയായിരുന്നു.

"ഹിയാരേയ്....."

ഏഴ്

എരിഞ്ഞടങ്ങുന്ന പകൽ. മരുഭൂമിയിലെ മണൽത്തരികൾ ഉച്ഛ്വസിച്ചു വിടുന്ന ഊഷ്മളവായു ദീർഘമായി ശ്വസിച്ചുവിട്ട് വാറണ്ടോഫീസർ രാജൻ ഇരുന്നു. ശിപായികളെല്ലാം പോയിക്കഴിഞ്ഞു. യൂണിറ്റുകളുടെ മൂവ്മെന്റ് സംബന്ധിച്ച ഫയൽ തുറന്നു. ചില അടിയന്തര ജോലികൾ തീർക്കാനുണ്ട്.

മുകളിലും അടിയിലും 'സീക്രട്ട്' എന്ന് അടയാളം വച്ചിട്ടുള്ള കടലാസുകൾ. ഓരോന്നും ശ്രദ്ധയോടെ മറിച്ചു. വാതിൽക്കലൊരു കാൽപ്പെരുമാറ്റം. ഫയലടച്ചു. സേഫിൽ വച്ചു പൂട്ടി. താക്കോൽ പോക്കറ്റിലിടുമ്പോഴേയ്ക്കും സുബേദാർ മേജർ കയറി വന്നു.

"ഗുഡ് ഈവനിങ് സാർ"

"ഗുഡ് ഈവനിങ് സാബ്. ഞങ്ങൾ ഈ ഇൻഫൻട്രിയിൽ ചേരുന്നതിനു പകരം അങ്ങയെപ്പോലെ പോസ്റ്റൽ വിഭാഗത്തിൽ ചേർന്നിരുന്നെങ്കിൽ എന്തു 'മജ' യായിരുന്നു."

"ഇക്കരെ നില്ക്കുമ്പോൾ അക്കരപ്പച്ച. ഞാൻ സിവിലിൽ സ്വതന്ത്രനായി കഴിഞ്ഞു കൂടിയിരുന്നവനാണ്. ഫ്രീ റേഷൻ, ഫ്രീ യൂണിഫാറം, ഫ്രീ മെഡിക്കൽ ഫെസിലിറ്റി, ഫ്രീ യാത്ര. ഇത്രയും സമ്മോഹനങ്ങളായ 'ഫ്രീ' കളിൽ മോഹിതനായാണിതിൽ വന്നുപ്പെട്ടത്. വന്നപ്പോൾ കിട്ടിയതോ, ഫ്രീ അടിമത്തം. എങ്ങനെയെങ്കിലും ഒന്നു തിരികെപോകണം. അതിനുള്ള വഴി ആലോചിക്കുകയാണ്."

"ആട്ടെ രാജൻ സാബ്," സുബേദാർ മേജർ പറഞ്ഞു. "ഓഫീസർ മെസ്സിലെ കുക്കുകളെയും ബെയറർമാരെയും കേണൽ സിനിമയ്ക്കയച്ചിരിക്കുന്നു. ഒപ്പിടാനല്ലാതെ പേന ഒരിക്കലും തൊടാറില്ലാത്ത കേണൽ സ്വന്തം കൈകൊണ്ട് ഔട്ട്പാസ് എഴുതിക്കൊടുത്തിരിക്കുന്നു. പൈസ

വേണ്ടവർക്ക് സ്വന്തം പോക്കറ്റിൽ നിന്നു പൈസയും കൊടുത്തിരിക്കുന്നു."

"അതിന്റെ അർത്ഥം ഇന്ന് ആറുമണിക്കും ഒമ്പതു മണിക്കുമിടയ്ക്ക് ഓഫീസർ മെസ്സിലൊരു രഹസ്യയോഗം നടക്കുമെന്നാണ്." രാജൻ പറഞ്ഞു.

"കാര്യങ്ങൾ അറിയാൻ എന്തുവഴി." സുബേദാർ മേജർ ചോദിച്ചു.

രാജൻ പറഞ്ഞു: "അങ്ങ് സുബേദാർ മേജറാണ്. ഏതു ഓഫീസർ മെസ്സിലും എപ്പോൾ വേണമെങ്കിലും പോകാനും ഏത് ഓഫീസറെ കാണാനും അങ്ങേയ്ക്കു സ്വാതന്ത്ര്യമുണ്ട്. അതുകൊണ്ട് അങ്ങ് ഓഫീസർ മെസ്സിന്റെ ചർച്ചാമുറിയുടെ മുൻ വാതിലിൽ ചെന്നു നില്ക്കുക. വാതിൽ മിക്കവാറും അടച്ചുതന്നെയിട്ടിരിക്കും. സംഗതികൾ അറിയുക. ഇനി ബൈ ചാൻസ് ആരെങ്കിലും പുറത്തുവന്ന് അങ്ങയെ കണ്ടാൽ ഏതെങ്കിലും ഒരു ഓഫീസറെ കാണാൻ ചെന്നതാണെന്ന ഒരു കഥയുണ്ടാക്കണം."

"എങ്കിലും ഞാനെങ്ങനെയാണ് ഒറ്റയ്ക്ക്.... രാജൻ സാബ്"

"ഡോണ്ട് വറി. ഞാനും വരാം. ക്യാപ്റ്റൻ ഗുർജർ എന്റെ ഒരു ഫ്രണ്ടാണ്. കണ്ടുപിടിച്ചാൽ അയാളെ കാണാൻ ചെന്നതാണെന്നു പറഞ്ഞു കൊള്ളാം."

ഓഫീസർ മെസ്സിന്റെ മുമ്പിൽ അവർ എത്തിയപ്പോഴേക്കും മുൻ വാതിൽ അടഞ്ഞു കഴിഞ്ഞിരുന്നു.

രാജനും സുബേദാർ മേജറും മടങ്ങിയെത്തുമ്പോൾ ഏതാണ്ടു എട്ടര മണിയായിരുന്നു. ജേ സി ഓമാരെല്ലാം സുബേദാർ മേജറുടെ മുറിയിൽ അക്ഷമരായി കാത്തിരിക്കുകയായിരുന്നു.

സുബേദാർ മേജറും രാജനും മുറിക്കകത്തു കടന്നു. ജേ സി ഓമാരെല്ലാം എണീറ്റുനിന്ന് സുബേദാർ മേജറെ 'വിഷ്' ചെയ്തു.

"ജയ്ഹിന്ദ് സാബ്"

"ജയ്ഹിന്ദ് സാബ് ലോഗ്, ജയ്ഹിന്ദ്"

സുബേദാർ മേജർ തന്റെ സീറ്റിലിരുന്നു. മറ്റെല്ലാവരും അവരവരുടെ സ്ഥാനങ്ങളിൽ ഇരുന്നു.

ആകാംക്ഷ നിറഞ്ഞ നിശ്ശബ്ദത അവിടെ തളം കെട്ടിനിന്നു. വാറണ്ട് ഓഫീസർ രാജൻ ആകെ ഒരു വിലയിരുത്തൽ നടത്തി. സുബേദാർ മേജർ പരവശനായി കാണപ്പെട്ടു. മറ്റെല്ലാവരും ആകാംക്ഷാഭരിതരായി സുബേദാർ മേജറുടെയും രാജന്റെയും മുഖങ്ങളിൽ മാറിമാറി നോക്കിക്കൊണ്ടിരുന്നു.

രാജൻ തന്നെ നിശ്ശബ്ദത ഭഞ്ജിച്ചു.

"സാർ മണി ഒമ്പതാവുന്നു. ഇനിയും വൈകിയാൽ ഉറങ്ങാൻ സമയമുണ്ടാവില്ല."

"ശരിയാണ് രാജൻ സാബ്." സുബേദാർ മേജർ രാജനെ നോക്കി പറഞ്ഞു.

എങ്ങനെ തുടങ്ങണമെന്നുള്ള സംശയത്തിന്റെ നിഴൽ ആ മുഖത്തു

പരക്കുന്നത് രാജൻ ശ്രദ്ധിച്ചു. ഒരു തുടക്കമിട്ടു കൊടുത്തു കളയാം. രാജൻ വിചാരിച്ചു. അയാൾ എണീറ്റുനിന്നു. ചുറ്റും കണ്ണോടിച്ചു.

“ധീരരായ ജേ സി ഓ സഹ്ബാൻമാരെ. നാം നേരത്തെതന്നെ അറിഞ്ഞിട്ടുള്ളതാണ്. മേജർ രത്തന്റെ വീട്ടിൽ നടന്ന അനിഷ്ട സംഭവം. എന്നാൽ അതിനേക്കാൾ എത്രയോ നികൃഷ്ടമായ ഒരു സംഭവമാണ് നമ്മെ കാത്തിരിക്കുന്നതെന്ന നിർഭാഗ്യകരമായ സംഗതി സുബേദാർ മേജർ സാബ് നമ്മോടു പറയും.”

രാജൻ ഇരുന്നു. സുബേദാർ മേജർ എണീറ്റു. കൈലേസെടുത്തു മുഖം തുടച്ചു. മീശ വിരലുകൾ കൊണ്ട് ഞെരടിപ്പിരിച്ചുകൊണ്ട് അദ്ദേഹം തുടങ്ങി.

“മേജർ രത്തൻസിങ്ങിന്റെ വീട്ടിലുണ്ടായ സംഭവം ഖേദകരമാണ്. സംഭവിച്ചു കൂടാത്തതായിരുന്നു. സംശയമില്ല.” എസ് എം അല്പം നിറുത്തി.

രാജൻ അദ്ദേഹത്തിന്റെ മുഖത്തേക്കു നോക്കി. സുബേദാർ മേജർ വഴിതെറ്റുകയാണോ? അയാൾ എന്തോ പറയാൻ നാവനക്കും മുമ്പേതന്നെ സുബേദാർ മേജർ വീണ്ടും വായ് തുറന്നു.

“എന്നു വച്ച് അതിനു ശിക്ഷയായി ശിപായിയാണെന്ന ഒറ്റക്കാരണം കൊണ്ടുമാത്രം, ഒരു സഹജീവിയെ ഹിംസിക്കുകയെന്ന കർമ്മം, ശിപായിമാരായി പട്ടാളത്തിൽ ചേർന്ന നിങ്ങൾക്കോ എനിക്കോ സഹിക്കാനാവുമെന്ന് എനിക്കു തോന്നുന്നില്ല.”

സുബേദാർ മേജർ പറഞ്ഞതിന്റെ കൃത്യമായ അർത്ഥം പിടികിട്ടാതെ ജേ സി ഓമാർ ഇരുന്നു.

“അങ്ങ് അർത്ഥമാക്കുന്നത്....” നായിബ് സുബേദാർ കിഷൻസിങ് അർദ്ധോക്തിയിൽ നിർത്തി.

“അതെ. ഞാൻ അർത്ഥമാക്കുന്നത് അതുതന്നെയാണ്. സിപായി ശർമ്മയെ കൊന്നു കളയാൻ തന്നെയാണ് ഓഫീസർമാരുടെ ഉറച്ച തീരുമാനം.”

പെട്ടെന്നവിടെ അസഹ്യമായ നിശ്ശബ്ദത കട്ടപിടിച്ചു.

സുബേദാർ കാശിറാം പല്ലു ഞെരിച്ചുകൊണ്ട് എണീറ്റുനിന്നു. നെഞ്ചിൽ ഊക്കിൽ അടിച്ചു ശബ്ദമുണ്ടാക്കിക്കൊണ്ട് അയാൾ അലറി.

“ഇല്ല. സുബേദാർ കാശിറാം ജീവിച്ചിരിക്കുമ്പോൾ അതുണ്ടാവില്ല. ശിപായി ശർമ്മയ്ക്കു നേരെ ചൂണ്ടുന്ന തോക്ക് ഏതായിരുന്നാലും അതു ശബ്ദിക്കും മുമ്പേ അതു ചൂണ്ടുന്നവൻ നിലം പതിച്ചിരിക്കും.”

“എങ്കിലും ഓഫീസർമാരുടെ ഈ തീരുമാനം അക്രമമായിപ്പോയി.” കേവൽ കിഷൻ പറഞ്ഞു.

“പരിതപിക്കുവാനും സഹതപിക്കുവാനുമുള്ള സമയമല്ലിത്.” സുബേദാർ മേജർ പറഞ്ഞു: “നമുക്കു വേണ്ടതു പ്രവൃത്തിയാണ്. നാം ഉണരേണ്ടിയിരിക്കുന്നു. ഉണർന്നുതന്നെ പറയൂ, നാമെന്തു ചെയ്യണം.”

“അക്രമത്തെ അക്രമം കൊണ്ടു നേരിടണം.” കാശിറാം ആക്രോശി

ക്കുകയായിരുന്നു.

"നാം പയറ്റിത്തെളിഞ്ഞ പട്ടാളക്കാരാണ്. നമുക്കുയിരുള്ളപ്പോൾ ഒരു സഹജീവി ഇപ്രകാരം മരിക്കാൻ പാടില്ല. വാളെടുക്കുന്നവൻ വാളാൽ നശിക്കണം. ശർമ്മയെക്കൊല്ലാൻ തയ്യാറെടുക്കുന്ന ഓഫീസറാരായാലും അയാളെ തട്ടണം. ഞാൻ തട്ടും. സത്യം. സത്യം. ഇതു സത്യം."

കേവൽ കിഷൻ വികാരഭരിതനായി ഇത്രയും പറഞ്ഞപ്പോഴേക്കും സകലരും അതിനെ സ്വാഗതം ചെയ്തു.

"നമ്മുടെ എടുത്തുചാട്ടംകൊണ്ട് ഒരു കാര്യവുമില്ല. വളരെ ആലോചിച്ച്, അവരുടെ പദ്ധതികൾ ഓരോന്നും അറിഞ്ഞുവേണം നാം ഒരു തീരുമാനത്തിലെത്താൻ. നിങ്ങളുടെ അഭിപ്രായം പറയുക. എല്ലാവരുടേയും അഭിപ്രായം അറിഞ്ഞാലേ ഒരു തീരുമാനം എടുക്കാൻ പറ്റുകയുള്ളൂ." സുബേദാർ മേജർ പറഞ്ഞു.

അല്പനേരത്തേക്കു രംഗം ശാന്തമായി.

നായിബ് സുബേദാർ ഗോപാൽ സിങ് എണീറ്റുനിന്ന് പറഞ്ഞു.

"സാർ അങ്ങ് കല്പിക്കുന്നതെന്തും ചെയ്യാൻ ഞങ്ങൾ തയ്യാറാണ്. അടിമകളായി ജീവിക്കുന്നതിനേക്കാൾ മരണം അഭികാമ്യമായി ഞങ്ങൾ ഓരോ ജേ സി ഓമാരും കരുതുന്നു."

ഗോപാൽ സിങ് പറഞ്ഞതു സത്യമാണ്. ഓരോ ജേ സി ഓയും ആഗ്രഹിച്ചിരുന്നത് അതാണ്. അവർക്ക് പരിചയമുള്ളതും അതാണ്. സുബേദാർ മേജർ ഒരു തീരുമാനം അറിയിക്കുക. അത് പട്ടാളത്തിന്റെ കല്പനപോലെ ആത്മാർത്ഥതയോടെ നിർവ്വഹിക്കാൻ ഓരോരുത്തരും സന്നദ്ധരായിരുന്നു.

തന്റെ സഹപ്രവർത്തകരുടെ ആത്മാർത്ഥത!

അതു മറ്റാരെക്കാളും നന്നായി സുബേദാർ മേജർക്കറിയാം.

എങ്കിലും അദ്ദേഹം ചോദിച്ചു:

"അതിനെല്ലാവർക്കും സമ്മതമാണോ?"

"അതേ സാബ്"

സകലരും അതിനോട് അനുകൂലിച്ചു.

സുബേദാർ മേജർ തന്റെ സഹപ്രവർത്തകരെ ഓരോരുത്തരെയും മാറിമാറി നോക്കി.

"ഞാനും രാജൻ സാബും കൂടി ഒരു തീരുമാനമെടുത്തിട്ടുണ്ട്. പറയാം. നിങ്ങൾ എണീറ്റ് എനിക്കു ചുറ്റും വന്നു നില്ക്കുക."

അദ്ദേഹം എണീറ്റ് അല്പം മുമ്പോട്ടു കയറിനിന്നു. ഒട്ടും താമസിയാതെ അദ്ദേഹം ജേ സി ഓമാരുടെ വളയത്തിനകത്തായി. സുബേദാർ മേജർ വാറണ്ടോഫീസർ രാജനെ തന്റെ അരികിലേക്കണച്ചു നിർത്തി. എന്നിട്ട് അടക്കിയ സ്വരത്തിൽ എല്ലാവരോടുമായി പറഞ്ഞു.

"ഇരുപത്തിയേഴു കൊല്ലമായി പട്ടാളത്തിൽ പണിയെടുക്കുന്നവനാണ് ഞാൻ. തികച്ചും ആത്മാർത്ഥതയോടു കൂടിമാത്രം എന്തുപണിയും ചെയ്തിട്ടുള്ള ഈ ഞാൻ. എന്തിനും ആത്മാർത്ഥതയോടു കൂടിത്തന്നെ

നിങ്ങളുടെ മുമ്പിലുണ്ടാവും."

അദ്ദേഹം രാജനെ ഒന്നുനോക്കി. എന്നിട്ടു പറഞ്ഞു.

"ബാക്കി കാര്യങ്ങൾ രാജൻ സാബ് വിശദീകരിച്ചു പറയും."

വാറണ്ടോഫീസർ രാജൻ അടക്കിയ സ്വരത്തിൽ തന്റെ കാര്യമാത്ര പ്രസക്തമായ വാഗ്മിതയിൽ ആ ചെറു സമൂഹത്തെ പിടിച്ചിരുത്തിയപ്പോൾ അവരുടെ ഓരോ കോശങ്ങളിലേക്കും ആവേശം അരിച്ചു കയറുകയായിരുന്നു.

നീറുന്ന മനസ്സിന്റെ ഉൾക്കാമ്പിലെ നൊമ്പരം. മനുഷ്യസ്നേഹം വാരി വിതറുന്ന, അരിച്ചു കയറുന്ന, മദ്യത്തിന്റേതല്ലാത്ത ലഹരി. അയാൾ അവർക്കതു കോരിക്കൊടുത്തു. മതിയാവോളം അവരതു മോന്തി. അനുഭവത്തിന്റെ ആടകളഴിച്ച് നാറുന്ന രൂപങ്ങളെ അവർക്കു മുമ്പിലയാൾ പ്രതിഷ്ഠിച്ചു. ക്രൂരവും മ്ലേച്ഛവുമായ സ്വജീവിതാനുഭവങ്ങളിൽ പ്രതികരിക്കേണ്ട രീതി അവർ കണ്ടെത്തുകയായിരുന്നു. അത് അനുരഞ്ജനത്തിന്റേതായിരുന്നില്ല. മറിച്ച് പ്രതികാരത്തിന്റേതായിരുന്നു......

.... ആദിവാസിച്ചാളകളിൽ തുടികൊട്ടുന്ന പുരുഷന്മാർ പരപുരുഷന്മാരെ ക്ഷണിക്കുകയായിരുന്നു. വാറ്റുചാരായം കൊടുക്കാൻ. കന്യകകളെ സമർപ്പിക്കാൻ. ആദിമാതാവിനെ മോചിപ്പിക്കാൻ.

അവർ പരപുരുഷന്മാരെ പാടിവരുത്തുകയായിരുന്നു.

"ഹിയാരേയ്....."

അതിനുമപ്പുറം, കുരുക്ഷേത്രത്തിൽ ഒരു ധർമ്മസമരത്തിന്റെ പാഞ്ചജന്യം മുഴങ്ങുന്നത് ജേ സി ഓമാർ ശ്രവിച്ചു.

എട്ട്

"സാബ് അയാൾ നമ്മളെ ഒറ്റിക്കൊടുക്കും."

നായിബ് സുബേദാർ കേവൽ കിഷനാണ് അത് ശക്തിയായി അവതരിപ്പിച്ചത്.

മറ്റുള്ളവർക്കും അതു തോന്നാതിരുന്നില്ല. സുബേദാർ സിദ്ദു ഒറ്റുകൊടുക്കുന്നവനാണ്. അയാൾ കേണലിന്റെ ചാരനാണ്

"ഇപ്പോഴിതു പറയാൻ എന്തുണ്ടായി?"

സുബേദാർ മേജർ ചോദിച്ചു.

ഉത്തരം പറഞ്ഞത് കേവൽ കിഷനാണ്.

"എനിക്കു പണ്ടേ അയാളെ സംശയമാണ്. ഇന്നലെ രാത്രി സുബേദാർ മേജർ സാബും രാജൻ സാബും സംസാരിക്കുമ്പോൾത്തന്നെ ഞാനതു ശ്രദ്ധിച്ചു. അയാളുടെ ഭാവവും ചലനവും വ്യത്യസ്തമായിരുന്നു. ഇന്നു രാവിലെ മുതൽ ഞാനയാളെ പിന്തുടരുകയാണ്. നാലഞ്ചു പ്രാവശ്യം അയാൾ കമാണ്ടർ സാബിന്റെ മുറിക്കരികിലെത്തിയതാണ്. അപ്പോഴൊക്കെ ഞാനവിടെ എത്തിപ്പെട്ടു. നമ്മളെ ആരെയെങ്കിലും കണ്ടാൽ അയാൾ മാളത്തിലേക്കു വലിയുമല്ലോ. ഇനിയും അയാൾക്കു കേണൽ സാബിനെ കാണാൻ കഴിഞ്ഞിട്ടില്ല."

"അയാളെ അടക്കി നിർത്താനെന്താവഴി?"

"വിളിച്ച് ഒന്ന് ഉപദേശിച്ചാലോ?"

കേവൽ കിഷനു ചിരിവന്നു. സുബേദാർ മേജർ വിളിച്ച് ഉപദേശിച്ചാലും ഫലമൊന്നുമുണ്ടാകാൻ പോകുന്നില്ല. പോത്തിന്റെ ചെവിയിലോതുന്ന വേദം പോലെ.

കാശിറാം പറഞ്ഞു.

"അയാളെയിങ്ങനെ വെറുതെ വിട്ടാൽ പറ്റില്ല."

“നിങ്ങൾക്കു മടിയാണെങ്കിൽ അക്കാര്യം ഞാനേല്ക്കുന്നു.” കേവൽ കിഷൻ പറഞ്ഞു.

“എന്തു ചെയ്യാനാണു ഭാവം?” സുബേദാർ മേജർ ചോദിച്ചു.

കേവൽ കിഷൻ പറഞ്ഞു.

“അതു നിങ്ങളറിയേണ്ട. കേവൽ കിഷൻ ഒരു കാര്യം ഏറ്റാൽ പിന്നെ അതിൽ പിഴകളുണ്ടാവില്ല.”

റെജിമെന്റിലെ വാഹനങ്ങൾ സൂക്ഷിക്കുന്ന എം ടി പാർക്കിൽനിന്ന് കുറച്ചകലെയായി കെട്ടി ഉണ്ടാക്കിയ ഷെഡ്ഡിൽ കമാണ്ടർ മാത്രമുപയോഗിക്കുന്ന ജോംഗയുടെ അറ്റകുറ്റപ്പണികൾ നടക്കുന്നു. അതു ചെയ്യുന്നതോ സുബേദാർ സിദ്ദു ഒറ്റയ്ക്കും. കമാണ്ടറുടെ ജോങ്കയും ഓഫീസർമാരുടെ സ്കൂട്ടറുകളും തൊടാൻ സുബേദാർ സിദ്ദുവിനു മാത്രമേ അധികാരമുള്ളൂ എന്ന് റെജിമെന്റിലുള്ളവർ കളിയാക്കാറുണ്ട്.

ജോങ്കയുടെ ഫ്രണ്ട് ആക്സിലിന്മേൽ ജാക്കു വച്ച് പൊക്കിനിർത്തി ചക്രങ്ങൾ രണ്ടും വേർപെടുത്തിയിരിക്കുന്നു. ജാക്ക് ഒരു വശത്തേ ഉള്ളൂ. മറുവശത്ത് ജാക്കിനു പകരം മരക്കട്ടകൾ ഒന്നിനു മുകളിൽ ഒന്നായി അടുക്കിവച്ചിരിക്കുകയാണ്.

ഡ്രൈവർ ടയറുകളിലെ പ്രഷർ ശരിയാക്കാൻ എം ടി പാർക്കിലേക്കു പോയിരിക്കുന്നു.

സുബേദാർ സിദ്ദു ജോങ്കയ്ക്കടിയിൽ മലർന്നു കിടന്ന് ഏകാഗ്രതയോടെ പണിയെടുക്കുകയായിരുന്നു.

ജോങ്ക ഒന്നു കുലുങ്ങി. ആക്സിൽ ഉയർത്തിവയ്ക്കാനുപയോഗിച്ചിരുന്ന മരക്കട്ടകൾ പിടഞ്ഞുവീണു. ജോങ്കയുടെ ഒരു വശത്തെ ഭാരം മുഴുവൻ സുബേദാർ സിദ്ദുവിന്റെ ശരീരത്തിലമർന്നു.

നായിബ് സുബേദാർ കേവൽ കിഷന്റെ ഉച്ചത്തിലുള്ള വിളികേട്ടാണ് ആളുകൾ ഓടിക്കൂടിയത്.

ആളുകൾ ഓടിവരുമ്പോൾ കേവൽ കിഷൻ ജോങ്കയുടെ താണു കിടക്കുന്ന വശം പിടിച്ചുപൊക്കാൻ ശ്രമിക്കുകയായിരുന്നു. ഒറ്റയ്ക്ക്.

ഇത്രയും ചരിവുള്ള സ്ഥലത്ത് മരക്കട്ടവച്ച് ആക്സിൻ പൊക്കിനിർത്തിയതുകൊണ്ടാണ്. എത്രയോ പ്രാവശ്യം സിദ്ദു സാബിനോടു പറഞ്ഞിരിക്കുന്നു. സാർ ഇത് അപകടമാണ്. ഗ്യാരേജിൽ കൊണ്ടുപോയി ശരിയാക്കാം. എന്നാൽ സിദ്ദു സാബതൊരിക്കലും ചെവിക്കൊണ്ടില്ല. കേണൽ സാബിന്റെ മാർക്കു കിട്ടണമല്ലോ. എല്ലാം ഇവിടെ വച്ചുതന്നെ. പിന്നെ എങ്ങനെ അപകടം ഉണ്ടാകാതിരിക്കും.

പലരും അഭിപ്രായങ്ങൾ അടിച്ചു വിടുമ്പോൾ കേവൽ കിഷൻ ദീർഘനിശ്വാസം വിട്ടു.

ക്യാപ്റ്റൻ കാർത്തിക് രണ്ടാഴ്ചയായി ആശുപത്രിയിലായിരുന്നു. ഇൻഫെക്ഷ്യസ് ഹെപ്പടൈറ്റിസ്. പകരുന്ന മഞ്ഞപ്പിത്തം. അസുഖം മാറി. ഇനി വിശ്രമം വേണം. നാട്ടിലേക്കു പോകാം. ഇന്നു മുതൽ മെഡിക്കൽ

ലീവിലാണ്. സാധനങ്ങളെടുക്കാൻ റെജിമെന്റിൽ വന്നതാണ്.

ക്യാപ്റ്റൻ കാർത്തിക് ഒരു ശിപായിയെ വിട്ട് സുബേദാർ മേജറെ വിളിപ്പിച്ചു.

ക്യാപ്റ്റൻ കാർത്തിക്കിനെ റെജിമെന്റിൽ എല്ലാവരും ഇഷ്ടപ്പെടുന്നു. ഒരു സഹോദരനെപ്പോലെ.

അദ്ദേഹം വെറുതെയിരിക്കുന്നതു കാണാൻ വിഷമമാണ്. രാവിലെ മുതൽ ഓടിനടക്കും. ചുറുചുറുക്കോടെ അതിനിടയിൽ ചുറ്റുമുള്ളതൊക്കെ നോക്കിക്കാണും.

അപ്പോഴാണ് അത് കാണുക.

“എന്താ സുന്ദരാ നിന്റെ കൈവണ്ണ വീങ്ങിയിരിക്കുന്നത്?”

“ഇന്നലെ ഒന്നു വീണു സാർ.”

“ഉളുക്കുണ്ടെന്നു തോന്നുന്നല്ലോ. എന്തു മരുന്നു ചെയ്തു?”

മരുന്നു ചെയ്യാൻ മാത്രം ഒന്നുമില്ലെന്നു സുബേദാർ സാബു പറഞ്ഞു.

“തന്റെ സുബേദാറാരാണ്? യെസ്. ദാറ്റ് ഗുഡ് ഓൾഡ് ബാൾഡി, കാശിറാംസാബ് അല്ലെ? അങ്ങേർക്ക് പ്രകൃതി ചികിത്സയിലാണു വിശ്വാസം. ആ വിശ്വാസം നമുക്കു വേണ്ട. ഉടൻ സ്പെഷൽ സിക്ക് റിപ്പോർട്ട് എഴുതിക്ക്. എൻ സി ഓവിനോടു പറ ഞാൻ പറഞ്ഞൂന്ന്.”

സുന്ദരൻ കൈയിൽ ക്രെയ്പ്പ് ബാൻഡേജുമായി മടങ്ങിവരുമ്പോൾ സുബേദാർ കാശിറാമിന്റെ കഷണ്ടിയിൽ കൈയോടിച്ചുകൊണ്ട് ക്യാപ്റ്റൻ കാർത്തിക് പറയുന്നു:

“എന്റെ കുട്ടിയുടെ കൈയ്ക്ക് തകരാറെന്തെങ്കിലും വന്നിരുന്നെങ്കിൽ തന്റെ കഷണ്ടി ഞാൻ ഉടച്ചേനെ. തന്റെയൊരു പ്രകൃതി ചികിത്സ.”

ക്യാപ്റ്റൻ കാർത്തിക്കിന്റെ ബാറ്റ്മാനായി ജോലിചെയ്യാൻ ഓരോ ജവാനും തയ്യാറാണ്. പക്ഷേ, അദ്ദേഹം ബാറ്റുമാനെ വയ്ക്കാറേയില്ല. ബൂട്ട് സ്വയം പോളീഷ് ചെയ്യുന്നു. അദ്ദേഹത്തിന്റെ അലക്കിത്തേച്ച ഉടുപ്പുകൾ റെജിമെന്റിലെ ധോബി തന്നെ കൊണ്ടു ചെന്നു കൊടുക്കുന്നു.

എവിടെ ജവാന് ബുദ്ധിമുട്ടുണ്ടോ അവിടെ ക്യാപ്റ്റൻ കാർത്തിക് എത്തുന്നു:

“എന്താ സുർജിത് നിന്റെ മുഖം വാടിയിരിക്കുന്നത്?”

ഉത്തരം പറഞ്ഞത് മറ്റൊരു ജവാനാണ്.

“അവന്റെ ഭാര്യക്ക് അസുഖം കൂടുതലാണെന്ന് കമ്പി വന്നിരിക്കുന്നു.”

“സീരിയസെന്നാണോ?”

“അതെ സാബ്.”

“എന്നിട്ട്”

“ലീവുകൊടുക്കാൻ പറ്റില്ലെന്നു ലെഫ്റ്റനെന്റ് സാബ് പറഞ്ഞു.”

“എന്നിട്ടെന്തേ എന്നോടു പറഞ്ഞില്ല? സാരമില്ല. സുർജിത് പോയി പായ്ക്കു ചെയ്തോളൂ. എന്നിട്ട് ഓഫീസിൽ വന്ന് ലീവ് ഓർഡർ വാങ്ങിക്കോളൂ.”

“ഓഫീസിൽ ലഫ്റ്റനെന്റ് ശക്തിയായി എതിർക്കുന്നു. സാബ്,

സബേരിയാ കമാണ്ടറുടെ ഇൻസ്പെക്ഷനാണ്. ഈ വരുന്ന ആഴ്ച ആൾക്കാരെയിങ്ങനെ ലീവിലയച്ചാൽ?"

ക്യാപ്റ്റൻ കാർത്തിക്കിന്റെ ഉറച്ചതെങ്കിലും മാർദ്ദവമുള്ള കരുണയൂറുന്ന ശബ്ദം.

"ലഫ്റ്റനെന്റ് ജസ്റ്റ് ഇമാജിൻ ഇഫ് ഇറ്റ്‌വേർ എ ടെലഗ്രാം ഫോർ യൂ ഫ്രം ഹോം...."

സുബേദാർ മേജർ സല്യൂട്ടു ചെയ്തുനിന്നു.

"റാം റാം സാബ്."

"റാം റാം എസ് എം സാബ്. വരൂ ഇരിക്കൂ."

"അങ്ങയുടെ അസുഖമൊക്കെ എങ്ങനെയുണ്ട്?"

"അസുഖം മാറി. ഈ കാലാവസ്ഥ അത്ര പറ്റിയതല്ല. മെഡിക്കൽ ലീവുണ്ട്. നാട്ടിൽ പോവുകയാണ്. ഞാൻ വിളിച്ചത് ഒരു പ്രത്യേക കാര്യം പറയാനാണ്. സംഗതികളൊക്കെ ഞാനറിഞ്ഞു."

തുടർന്ന് ക്യാപ്റ്റൻ കാർത്തിക്, ഓഫീസർ മെസ്സിൽ നടന്ന കാര്യങ്ങളുടെ ഒരു വിശദീകരണം നല്കി. രാം ഗോപാലിൽനിന്ന് അറിഞ്ഞതാണ്.

നേരിട്ടു കാണുകയും കേൾക്കുകയും ചെയ്ത കാര്യമായതുകൊണ്ട് സുബേദാർ മേജർക്കത് പുതിയതായിരുന്നില്ല.

"രാം ഗോപാൽ ഇതു പറഞ്ഞ ഉടനെ ഞാൻ കേണൽ സാബിനെ ചെന്നു കണ്ടു. അങ്ങനെ ഒരു തീരുമാനം ഉണ്ടായി എന്നതുപോലും അയാൾ നിഷേധിച്ചു. പക്ഷേ, എന്തോ എനിക്കതു വിശ്വസിക്കാൻ കഴിയുന്നില്ല."

കേണൽ സാബു പറഞ്ഞതു കളവാണെന്നു പറയണമെന്നു തോന്നി. പറഞ്ഞില്ല. തനിക്കിതറിയാമെന്ന് ക്യാപ്റ്റൻ സാബ് ധരിക്കാതിരിക്കുന്നതാണ് നല്ലത്.

ക്യാപ്റ്റൻ കാർത്തിക് തുടർന്നു:

"എന്തോ പരിപാടിയൊക്കെ അവർ ഇട്ടിട്ടുണ്ട്. ഞാൻ ഇന്നു പോവുകയുമാണ്. മെഡിക്കൽ ലീവിൽ ഇവിടെ തുടരാൻ അവരെന്നെ അനുവദിക്കുകയില്ല. എന്റെ അസാന്നിദ്ധ്യത്തിൽ എന്റെ കുട്ടികളെ രക്ഷിക്കാൻ ത്രാണിയുള്ള ഒരാളെ മാത്രമേ ഞാൻ കാണുന്നുള്ളൂ. അതു നിങ്ങളാണ്. അതുകൊണ്ട് ബീ വിജിലന്റ് ആന്റ് ബീ കെയർഫുൾ."

"ഓക്കെ സാബ്. സാബിന്റെ അനുഗ്രഹമുണ്ടെങ്കിൽ എനിക്കതിനു കഴിയും. സാബ് എപ്പോഴാണ് പോകുന്നത്."

"ഞാനുടനെ പോകും. നിങ്ങളെ കാണാൻ വേണ്ടി മാത്രം നിന്നതാണ്."

"സാറിന്റെ ആരോഗ്യം വീണ്ടുകിട്ടാൻ ദൈവം അനുഗ്രഹിക്കട്ടെ."

"ഇല്ലാത്ത ദൈവം അല്ലേ."

രണ്ടുപേരും ചിരിച്ചു.

സുബേദാർ മേജർ സ്വന്തം മുറിയിലേക്കു മടങ്ങുമ്പോൾ ചിന്തിച്ചു. ക്യാപ്റ്റൻ കാർത്തിക് എത്ര നല്ല മനുഷ്യൻ. കാക്കിയുടുപ്പിൽ തോളിലെ നക്ഷത്രങ്ങൾക്കു താഴെ ഹൃദയമുണ്ടെന്നു തോന്നുന്നത് അദ്ദേഹത്തെ കാണുമ്പോഴാണ്. അദ്ദേഹവുമായുള്ള അടുപ്പം കൊണ്ടാകാം, പല ദുഃസ്വ ഭാവങ്ങളുണ്ടെങ്കിലും, ലഫ്റ്റനെന്റ് രാജഗോപാലിന് അല്പം മനുഷ്യത്വ മുള്ളത്. പക്ഷേ, അയാളൊരു ജൂനിയർ ഓഫീസറാണ്. സീനിയർ ഓഫീ സറുടെ വരുതികളിൽ അയാളുടെ മനുഷ്യത്വം കുടുങ്ങിക്കിടക്കുന്നു. ക്യാപ്റ്റൻ അവതാർ സിങ്ങും ദയാലുവായ ഓഫീസറാണ്. പക്ഷേ, എതിർ ക്കാൻ കെല്പില്ല. കോൺഫിഡൻഷ്യൽ റിപ്പോർട്ടു ചീത്തയാകും. അടു ത്തുവരുന്ന മേജർ പ്രൊമോഷനെ അതു ബാധിക്കുകയും ചെയ്യും. അതു കൊണ്ട് അദ്ദേഹത്തിന്റെ മനുഷ്യത്വം ഏ സി ആർ എന്ന പേടിസ്വപ്ന ത്തിൽ കുരുങ്ങിയിരുന്നു പരുങ്ങുന്നു.

ഇപ്പുറത്ത് സുബേദാർ സിദ്ദുവിനെപ്പോലുള്ളവർ കുതികാൽ വെട്ടുന്നു.

മെസ്സിലെത്തിയപ്പോൾ ആദ്യം കണ്ണിൽപ്പെട്ടത് നായിബ് സുബേദാർ കേവൽ കിഷനാണ്. അയാൾ സുബേദാർ സിദ്ദുവിനെയുംകൊണ്ട് ആശു പത്രിയിൽ പോയിരിക്കുകയായിരുന്നു.

സുബേദാർ മേജർ ചോദിച്ചു.

“എപ്പോൾ വന്നു?”

“ഇപ്പോൾത്തന്നെ സാബ്.”

“എങ്ങനെയുണ്ട്?”

“സീരിയസാണ്. എങ്കിലും മരിക്കില്ലെന്നാണ് ഡോക്ടറുടെ അഭി പ്രായം. കുറെക്കാലം ആശുപത്രിയിൽ കഴിയേണ്ടി വരും. ഭേദമായി വന്നാലും പണിയെന്തെങ്കിലുമെടുക്കാൻ കഴിയുമെന്നു തോന്നുന്നില്ല.”

“ഇത്രയും വേണമായിരുന്നോ കേവൽ കിഷൻ?”

“വേറെ പോംവഴികളൊന്നുമില്ലായിരുന്നു സാർ?”

ഒൻപത്

തൃപ്താരത്തന് ഉറക്കം വന്നില്ല. നരച്ചകൊമ്പൻ മീശ. ചുവന്ന കണ്ണുകൾ. ഒരാനയുടെ ഭാരം. വിടർന്ന നാസികയിൽനിന്ന് പുറത്തേക്കുവരുന്ന ലഹരിയുടെ ഗന്ധം.

മിസ്റ്റർ രത്തൻസിങ് ഭാഗ്യവാനാണ്.

അയാൾക്കു സുന്ദരിയായ ഒരു ഭാര്യയുണ്ട്.

രൂപം ഇന്നും മനസ്സിലുണ്ട്. കറുത്തു തടിച്ച് കുള്ളനായ വൃത്തികെട്ട രൂപം. കുമരേശൻ വരമ്പത്ത്. അയാളുടെ നെയിംപ്ലേറ്റിൽ കൊത്തിവച്ചിരുന്നത് കെ വാരൻ പാത്ത് എന്നാണ്.

ബാസ്റ്റേഡ്.

ഒരു സങ്കല്പത്തിന്റെ തകർച്ച.

"നിന്റെയീ അറുബോറടിയൊന്നു നിർത്തുമോ കുട്ടീ. എപ്പോ നോക്കിയാലും ഒരു ഗീരാഗനും ഗീർവനവും. ഇനി നിന്റെ പേരു കൂടെ മാറ്റിക്കോളൂ, ഗീർവാണീന്ന്."

എന്നിട്ടെല്ലാവരും കൂടിച്ചിരിക്കും.

"എന്നാലും അറുവാണീന്നു വിളിക്കാണ്ടിരുന്നാ മതി."

ആ ഉത്തരം വീണ്ടും ചിരി ഉയർത്തും.

"നിന്റെ കാര്യം പോക്കാണു കുട്ടീ. ഞങ്ങൾ ഇതിനെ ഉന്മാദമെന്നാ വിളിക്യാ. നീ കടുത്ത സൈക്ക്യാട്രിസ്റ്റിനെ ആരേങ്കിലും കണ്ടേ മതിയാവൂ."

മിനു സവ്ലാനി എന്തു പറഞ്ഞാലും വഴക്കില്ല. അവളാണ് ഏറ്റവും അടുത്ത കൂട്ടുകാരി. എങ്കിലും തിരിച്ചടിച്ചില്ലെങ്കിൽ മോശക്കാരിയാവുമല്ലോ.

"പോടീ. ഉന്മാദം നിനക്കാ. അതുകൊണ്ടല്ലേ ഇത്ര നേരത്തേ കെട്ട്

ഉറപ്പിച്ചു കളഞ്ഞത്. വീട്ടുകാര് കണ്ടറിഞ്ഞു നിശ്ചയിച്ച ചികിത്സയാണ്."

ഡിഗ്രിക്കു പഠിച്ചുകൊണ്ടിരിക്കെത്തന്നെ മിനുസവ്ലാനിയുടെ വിവാഹം കഴിഞ്ഞു. അവളെ വിവാഹം കഴിച്ചത് ആർമിയിലെ ഒരു ഓഫീസറായിരുന്നു.

കല്യാണത്തിന് ഹോസ്റ്റലിൽനിന്ന് മിക്കവാറും എല്ലാവരും പോയിരുന്നു. സദ്യയും സൽക്കാരവും ബഹുകേമമായിരുന്നു. അതിനിടയ്ക്കും 'വാരൽ' നടന്നു.

"ഇന്നു മിനുവൊന്നു മിനുങ്ങും"

"പിന്നെയൊന്നു കിണുങ്ങും"

"പിന്നെയൊന്നു കസറും"

മിനുവും ഭർത്താവും ചേർന്നുനില്ക്കുന്നതു കണ്ടപ്പോൾ അസൂയ തോന്നി. ഏതു പെണ്ണിനേയും കൊതിപ്പിക്കാൻ പോന്ന സുന്ദരൻ. മുഖത്തു ശാലീനത തുളുമ്പുന്ന ഗൗരവം. അധികം വലിപ്പമില്ലാത്ത മീശയ്ക്കു താഴെ മധുരമായ പുഞ്ചിരി. തികച്ചും അർഹതയുള്ള ചെറുപ്പക്കാരൻ. എല്ലാ പട്ടാളക്കാരും ഇതുപോലെയിരിക്കും. മിനു ഭാഗ്യവതിയാണ്.

ഭാവിവരനെക്കുറിച്ചുള്ള സങ്കല്പത്തിന്റെ ബീജാവാപം. ബീജാങ്കുരണം. വളർച്ച....

മിസ്സിസ് തൃപ്താരത്തൻ തുറന്നിട്ട ജാലകത്തിലൂടെ പുറത്തേക്കു നോക്കിക്കിടന്നു നെടുവീർപ്പിട്ടു. അതിന്റെ ഊഷ്മളതയിൽ തകർന്നടിഞ്ഞ ഒരു ജീവിത സങ്കല്പത്തിന്റെ പ്രേതങ്ങൾ തെളിഞ്ഞു നിന്നു തുള്ളി.

മനമറിയാതെ പരപുരുഷനു വഴങ്ങിപ്പോയ അഹല്യ. അവൾ കല്ലായിപ്പോയി. താൻ അഹല്യയല്ല. പാഞ്ചാലിയിൽ, സീതയിൽ, സാവിത്രിയിൽ ഹൈമാവതിയിൽ – ആരിലെങ്കിലും താനുണ്ടോ? – ഇല്ല.

താനുള്ളത് ഈ ഭൂമിയിലാണ്.

സങ്കല്പങ്ങളും സ്വപ്നങ്ങളും മൊട്ടിട്ടു നില്ക്കുന്ന ഈ ഭൂമിയിൽ.

വിവാഹം കഴിഞ്ഞു പോകുമ്പോൾ പ്രത്യേകം ഓർമ്മിപ്പിച്ചു.

"മിനൂ എഴുതാൻ മടികാണിക്കരുത് ട്ടോ."

"നിനക്കെഴുതാൻ ഞാൻ മറക്കുമോ ശീർവാണീ"

ആദ്യമാദ്യം മിനുവിന്റെ കത്തുകളിൽ എന്തെന്തുരസങ്ങളായിരുന്നു. ഭർത്താവിന്റെ ഗുണഗണങ്ങൾ. ഉയർന്ന സാമ്പത്തിക നില. സമൂഹത്തിലെ ഉന്നതസ്ഥാനം. പിന്നെ പട്ടാളത്തിൽ അദ്ദേഹം നടത്തിയ വീരപരാക്രമങ്ങൾ.

നാളുകൾ പിന്നിടുന്തോറും കത്തുകളിലെ സ്വാരസ്യം കുറഞ്ഞു കുറഞ്ഞു വന്നു. ചിലതൊക്കെ മറച്ചുവച്ചാണ് അവൾ എഴുതുന്നത് എന്നു തോന്നിത്തുടങ്ങി. ഒടുവിലൊരു കത്തിൽ അവൾ എഴുതിയിരുന്നത് ഇങ്ങനെയാണ്:

ഇവിടെ ഒരു ഗീർമല ഉണ്ടായിരുന്നുവെങ്കിൽ, അതിൽ ഒരു സിംഹരാജൻ ഉണ്ടായിരുന്നുവെങ്കിൽ എന്നും അവന്റെ ഗർജ്ജനം കേൾക്കുമായിരുന്നു...

വെളുത്തുമെലിഞ്ഞ സുന്ദരനായ ചെറുപ്പക്കാരനു മുമ്പിൽ ചായയുമായി നിന്നപ്പോൾ തരിച്ചുപോയി. തന്റെ സങ്കല്പത്തിനു പുരുഷരൂപം കിട്ടിയിരിക്കുന്നു.

പഠിച്ചുകൊണ്ടിരിക്കെത്തന്നെ പല ആലോചനകൾ വന്നതാണ്. ഡോക്ടർ, എഞ്ചിനീയർ, ലക്ചറർ, ഐ എ എസ് അവരിലൊന്നും തന്റെ സങ്കല്പത്തിലെ ഭർത്താവില്ലായിരുന്നു.

ഇതാ ഈയിരിക്കുന്ന യുവ സുന്ദരനിൽ അതുണ്ട്. അദ്ദേഹം ആർമി ഓഫീസറാണ്. ആഹ്ലാദത്തിൽ കുതിർന്ന ലജ്ജയുമായി അകത്തു ചെന്നപ്പോൾ നാത്തൂനാർ കളിയാക്കി.

“അയാൾ നിന്നെ കവാത്തു പഠിപ്പിക്കും.”

വിവാഹം കഴിഞ്ഞ് ഒരുമാസം കഴിഞ്ഞാണ് ആ വാർത്ത കേട്ടത്. മിനു ആത്മഹത്യ ചെയ്തിരിക്കുന്നു. വസ്ത്രത്തിൽ മണ്ണെണ്ണയൊഴിച്ച് സ്വയം ദഹിപ്പിച്ചു.

പാവം മിനു.

മനസ്സു തുറന്നാൽ, കണ്ണികൾ പിണഞ്ഞു കിടക്കുന്ന വലകളാണ്. ചിലന്തി വലകളെപ്പോലെ തൂത്തു നീക്കിയാൽ പോകുന്നവയാണ്. അതിനുമപ്പുറം ജീവിത സത്യങ്ങൾ തെളിഞ്ഞുതന്നെ നില്ക്കുന്നു.

ഒരിക്കലങ്ങനെയായിരുന്നില്ല. മനസ്സു നിറയെ വലകൾ. അവയിൽ ദുഃഖത്തിന്റെ തുഷാരബിന്ദുക്കൾ. നിരാശകൊണ്ടു നിറം പിടിപ്പിച്ച ആ കണങ്ങൾ ജീവിതത്തിന്റെ നിരർത്ഥകതയുടെ കണ്ണുനീരായിരുന്നു.

അതൊക്കെ മറക്കാനാണ് കുടി ആരംഭിച്ചത്. സർവ്വവും മറക്കണം. മരിക്കും വരെ ജീവിക്കേണ്ടേ?

“മരിക്കുംവരെ ജീവിക്കുക മാത്രമാണ് ഒരുത്തന്റെ കടമയെങ്കിൽ നിങ്ങളെന്തുകൊണ്ട് ആത്മഹത്യ ചെയ്യുന്നില്ല രാജൻ സാബ്.”

പിടിച്ചിരുത്തിയ ചോദ്യം. ഭൂമിയിലെ മഹാഭൂരിപക്ഷവും ആത്മഹത്യ ചെയ്യാത്തവരാണ്. അപ്പോൾ മരിക്കുംവരെ ജീവിക്കുക എന്നതിൽ കവിഞ്ഞ എന്തോ ഉണ്ട്.

പഠിച്ചത് പള്ളിവക സ്കൂളിലാണ്. അവിടെ വച്ച് ദൈവത്തെക്കുറിച്ചും ചെകുത്താനെക്കുറിച്ചും പഠിച്ചു. പിന്നെ ചേർന്നത് തപാൽ വകുപ്പിലാണ്. പരസ്പര വിശ്വാസമില്ലായ്മയുടെയും സ്പർദ്ധയുടെയും പാഠങ്ങളാണ് അവിടെനിന്നു കിട്ടിയത്.

പട്ടിണി കിടന്നാണ് പഠിച്ചത്. എന്നിട്ടും, നോൺ ഡീറ്റെയിൽഡ് പാഠപുസ്തകം കൃത്യസമയത്തിനു വാങ്ങിയില്ലെന്ന കുറ്റത്തിന് ഹെഡ്മാസ്റ്ററായിരുന്ന പാതിരിയച്ചന്റെ ചുട്ട ചൂരൽ പ്രഹരങ്ങൾ സഹിച്ചു. ഇടത്തേക്കരണത്തടിച്ചാൽ വലത്തേക്കരണം കാണിച്ചുകൊടുക്കാനുള്ള പ്രവണത വളർന്നു.

താൻ തന്നിലേക്കു ചുരുങ്ങി.

ഇന്ത്യാ ഗേറ്റിനടുത്തുള്ള വിശാല മൈതാനം. മനം കവരുന്ന പുൽപ്പരപ്പ്. പുൽക്കൊടികളെപ്പോലും കോരിത്തരിപ്പിക്കുന്ന തത്ത്വശാസ്ത്രം.

ദുഃഖമില്ലാത്തവരായി ഈ ഭൂമുഖത്ത് ഒരൊറ്റ ജീവിയും കാണില്ല. ദുഃഖം നിരാശയ്ക്കുള്ള കാരണമാണ്. അവനവനാണ് ഏറ്റവും വലിയ കടമ്പയെന്ന മൗഢ്യത്തിലിരിക്കുന്ന, അവനവനപ്പുറം ഒന്നും കണ്ടിട്ടില്ലാത്ത കൂട്ടരുണ്ടല്ലോ അവരാണ് അടിപറ്റിയവർ. അല്ലാത്തവർ ലക്ഷ്യത്തിലെത്താനുള്ള കർമ്മങ്ങളിലേക്കു കടക്കുന്നു. കർമ്മങ്ങളിൽ നിരാശയ്ക്കു സ്ഥാനമെവിടെ.

ഒരു കാറ്റുപോലെ വന്ന് മായപോലെ മറഞ്ഞുപോയ താടിവളർത്തിയ മനുഷ്യന്റെ അതിമഹത്തായ വചനങ്ങൾ ഇളകിമറിയുന്ന മനസ്സിൽ ഇളക്കമില്ലാതെ നിന്നു.

അപ്പോൾ മനസ്സ് ലക്ഷ്യം തേടുകയായിരുന്നു.

ആ നാളുകളിലാണ് സുബേദാർ മേജർ തന്റെ ജീവിതത്തിലേക്കു കടന്നു വന്നത്.

നഗരത്തിനു പുതുശോഭ പരത്തുവാനുയരുന്ന കൂറ്റൻ കെട്ടിടങ്ങൾക്കു വേണ്ടി വിയർപ്പൊഴുക്കുന്ന രാജസ്ഥാൻ കൂലിക്കാരിൽ; അഞ്ചുനേരവും ഉച്ചഭാഷിണിയിലൂടെ ബാങ്കു മുഴങ്ങുന്ന ജുമാ മസ്ജിദിനരികിലെ വൃത്തികെട്ട ചാളകളിൽ കുത്തബ്മീനാറിന്റെ ഔന്നത്യത്തിനു താഴെ ഒട്ടിയ വയറും പൊട്ടിയ ചട്ടിയുമായി പിച്ച തെണ്ടുന്ന ഭാവി പൗരന്മാരിൽ ഇന്ത്യയുടെ ആത്മാവു കണ്ടെത്തി. ബ്രിട്ടീഷ് ലൈബ്രറിയിൽ, അമേരിക്കൻ ലൈബ്രറിയിൽ, റഷ്യൻ കൾച്ചറൽ സെന്ററിൽ, സെക്കൻഡ് ഹാൻഡ് പുസ്തകങ്ങൾ നിരത്തിയിട്ടു വില്ക്കുന്ന തെരുവു മൂലകളിൽ കൂടുതൽ വിജ്ഞാനം നേടാൻ പഠിപ്പിച്ചത് അദ്ദേഹമാണ്.

പ്രതിഫലമായി അദ്ദേഹം ചോദിച്ചതോ ഒരു നോട്ടു പുസ്തകം.

ദില്ലിയിൽനിന്നു പിരിയുമ്പോൾ ഓർത്തില്ല വീണ്ടും കണ്ടുമുട്ടുമെന്ന്.

അദ്ദേഹം പറഞ്ഞു, "രാജൻ സാബിന്റെ ഓർമ്മയ്ക്കായി ഞാനീ പുസ്തകം കൊണ്ടുപോകുന്നു."

ലജ്ജ തോന്നി. താനേതോ 'ഉമ്മിണി വല്യ' ആരാണ്ടോ ആണെന്ന് സുബേദാർ മേജർ ധരിച്ചു പോയോ? നാല് ഇംഗ്ലീഷു പുസ്തകം വായിച്ചാൽ ആളായി എന്ന് ആളുകൾ ധരിക്കുന്നു.

എന്നിട്ടും എതിർത്തില്ല.

നീലച്ചട്ടയുള്ള നോട്ടുപുസ്തകം. കലാലയ ജീവിതത്തിന്റെ സ്മരണക്കെന്നോണം കൈയിൽ സൂക്ഷിച്ചിരുന്നത്. കോളേജിലെ കോ-ഓപ്പറേറ്റീവ് സൊസൈറ്റിയിൽ നിന്നു വാങ്ങിയത്. നസീർ ബാബുവാണ് അതിന്റെ ചട്ടയിൽ വടിവുള്ള കൈയക്ഷരത്തിൽ എഴുതിത്തന്നത്. 'വേൾഡ് ഹിസ്റ്ററി.'

ഇതു മരുഭൂമി. ഇവിടെയും ചരിത്രമുണ്ട്. അകലെ അതിന്റെ പാട്ടു കേൾക്കാം.

പുരുഷന്മാർ തുടികൊട്ടുന്നു.
കന്യകമാർ നീട്ടിപ്പാടുന്നു.

ഹിയാരേയ്....
പരപുരുഷാ വായോ....
നിങ്ങൾക്കു ഞങ്ങൾ വാറ്റിയ ലഹരി തരാം
ഞങ്ങളെത്തന്നെ നിനക്കുതരാം.
ഞങ്ങടെയമ്മ, കടലമ്മ തന്റെ മകൾ
പണ്ടൊരു കാലം പിഴച്ചുപോയി
അവളുടെ മോചനം നേടാനായി
പാടുന്നിതാ ഞങ്ങൾ പാടുന്നിതാ
പരപുരുഷാ വായോ.....
ഹിയാരേയ്.....

പത്ത്

ഹരിയാനയിലെ റോപ്പഡ് ജില്ലയുടെ ഒഴിഞ്ഞ കോണിൽ, അപരിഷ്കൃതമായ കൊച്ചുഗ്രാമത്തിൽ കാൽ ഡസൻ ഭാര്യമാർ, ഞങ്ങളുടെ ഏക ഭർത്താവ് അവധിയിൽ വരുന്നത്, വിശക്കുന്ന വയറും അടിവയറുമായിക്കാത്തിരുന്നു.

ഓം പ്രകാശ് ശർമ്മ സുബേദാർ മേജർക്കു മുമ്പിൽ കാലുകൾ ചേർത്തുവച്ച് അറ്റൻഷനായി നിന്നു.

ഒക്കിലൊതുക്കിയ കുടവുമായി മല്ലിക നടന്നു. യൗവനം തുടുത്ത അവളുടെ മിനുത്തമേനിയിലെ കൂർത്ത ഭാഗങ്ങൾ കുർത്തായിലൂടെ വെളിയിൽ ചാടാൻ വെമ്പിനിന്നു.

ഒക്കിൽ തുളുമ്പുന്ന ജലത്തോടൊപ്പം മനസ്സും തുളുമ്പി നിന്നു.

എട്ടാമത്തെ വയസ്സിൽ തന്റെ വിവാഹം കഴിഞ്ഞതാണെന്ന് മൂത്ത ചേട്ടത്തി പറഞ്ഞു കേട്ടിട്ടുണ്ട്. ഇനിയും ഭർത്താവിന്റെ വീട്ടിലേക്ക് അവളെ കൂട്ടിക്കൊണ്ടു പോയിട്ടില്ല. ആദ്യമായി ഭർത്താവിന്റെ വീട്ടിലേക്കു പോകുന്നതിന് "ഗൗനലാനാ" എന്നാണ് പറയുന്നത്. അവൾക്കിപ്പോൾ ഇരുപതും കഴിഞ്ഞിരിക്കുന്നു. ആ പ്രായത്തിൽ ഒരു പെണ്ണ് മൂന്നെങ്കിലും പെറ്റിരിക്കണമെന്നതാണ് ഗ്രാമ സങ്കല്പം. അമ്മയാകാത്ത ഒരൊറ്റ പെണ്ണും അവളുടെ പ്രായത്തിൽ ആ ഗ്രാമത്തിലില്ല, മച്ചിയായ ജിണ്ടാൻ കൗർ ഒഴിച്ചാൽ.

ഗൗന പോകണമെങ്കിൽ അന്നു പറഞ്ഞുറപ്പിച്ച സ്ത്രീധനം കൈയോടെ കൊടുക്കണം. പറഞ്ഞു പറഞ്ഞ് പതിമൂന്നു സംവത്സരങ്ങൾ കഴിഞ്ഞിരിക്കുന്നു. ഇനിയും ഗൗന പോകാൻ കഴിഞ്ഞില്ലെങ്കിൽ തന്റെ കെട്ടിയവൻ മറ്റേതെങ്കിലും പെണ്ണിനെക്കെട്ടും. തന്റെ വിവാഹം ഒരിക്കൽ നടന്നതാണ്. അതുകൊണ്ട് ഒരു പട്ടിപോലും ഇനി തന്നെക്കെട്ടാൻ

തിരിഞ്ഞു നോക്കുകയില്ല. അവൾ വേദനയോടെ ഓർത്തു. ഇല്ല. അതുണ്ടാവില്ല. ഒന്നു രണ്ടു മാസത്തിനുള്ളിൽ ചേട്ടൻ വരും. പണം കൊണ്ടു വരും. തന്നെ ഗൗന അയക്കും.

തന്നെ വിവാഹം കഴിച്ചിരിക്കുന്ന മനുഷ്യന്റെ രൂപം പോലും മനസ്സിലില്ല. പതിമൂന്നു വർഷങ്ങൾക്കകത്ത് ഒരിക്കൽപ്പോലും കണ്ടിട്ടില്ല. അദ്ദേഹത്തെ മാത്രമല്ല, വീട്ടിലുള്ളവരെപ്പോലും. അദ്ദേഹത്തിന്റെ ഗ്രാമംതന്നെ എത്രയോ ദൂരെയാണ്. ഈ ഗ്രാമത്തിലെ തന്നെ പ്രായം ചെന്ന ആണുങ്ങളെയൊഴികെ മറ്റാരെയും നല്ലവണ്ണം കണ്ടിട്ടില്ല. ഗുംഗഢ് മറപിടിച്ച കണ്ണുകൾക്ക് അതു മുഴുവനും സാധിച്ചിട്ടില്ല.

എങ്കിലും തന്റെ ഭർത്താവ് സുന്ദരനായിരിക്കും. സുന്ദരമായ കിനാവ്. ചേട്ടൻ ചേട്ടത്തിമാരെ ചെയ്യുന്നതുപോലെ, അദ്ദേഹം തന്റെ തുടുത്ത കവിളിൽ മിനുത്ത ചുണ്ട് അമർത്തി ചുംബിക്കും. പിന്നെ മുറിക്കകത്തേക്കു കൂട്ടിക്കൊണ്ടു പോയി കിന്നാരം പറയും. പിന്നെ....

“സാർ, പെങ്ങളുടെ കല്യാണം നടന്നിട്ട് പതിമൂന്നു വർഷമായി. ഇനിയും ഗൗന അയച്ചിട്ടില്ല. സാബ് എനിക്ക് ലീവു തരിയിക്കണം.” ശർമ്മ വീണ്ടും അപേക്ഷിച്ചു.

“ശർമ്മാ, നീ പൊയ്ക്കോളൂ. ഞാൻ നോക്കാം. ഉറപ്പു വിചാരിക്കേണ്ട. എക്സർസൈസ് കഴിയും വരെ ആർക്കും ലീവു കൊടുക്കരുതെന്നാണ് കേണൽ സാബിന്റെ ഉത്തരവ്.” സുബേദാർ മേജർ പറഞ്ഞു.

“അടുത്ത മാസം പത്താം തീയതി അവസാന അവധി പറഞ്ഞു വച്ചിരിക്കുകയാണു സർ. ഇനിയും അവധി തെറ്റിയാൽ അവർ വേറെ പെണ്ണന്വേഷിക്കും. എന്റെ കുഞ്ഞുപെങ്ങൾ ഭർത്താവില്ലാതെ ജീവിതകാലം മുഴുവൻ കഴിയേണ്ടിവരും സാർ.”

“സോറി ശർമ്മാ. ഞാൻ ഉറപ്പു പറയുകയില്ല. ഞാൻ പരമാവധി ശ്രമിക്കാം. ഇപ്പോൾ പൊയ്ക്കോളൂ. നാളെ എന്നെ വന്നു കാണൂ.”

സുബേദാർ മേജർ മുഖമുയർത്തി. നിറഞ്ഞ കണ്ണുകൾ മറയ്ക്കാൻ, ധീരൻശർമ്മയെന്ന് അപരനാമധേയമുള്ള ആ പട്ടാളക്കാരൻ ശ്രമിക്കുകയായിരുന്നു.

ഒരുപക്ഷേ, ഇതായിരിക്കും ഒരു പട്ടാളക്കാരന്റെ വിധി. ഒന്നുകിൽ കഷ്ടപ്പെടുക. അല്ലെങ്കിൽ മരിക്കുക.

ഈ കഷ്ടപ്പാട് ഇന്നോ ഇന്നലെയോ തുടങ്ങിയതല്ല. ദുരന്തങ്ങൾ ഒന്നിനുമീതെ ഒന്നായി തനിക്കു മുകളിൽ കുമിഞ്ഞു കൂടുന്നു.

അച്ഛൻ ജീവിച്ചിരിക്കുമ്പോൾ പറയാറുണ്ട്.

ഇന്ത്യ സ്വാതന്ത്ര്യം പ്രാപിക്കുന്ന കാലത്ത് ഇന്ത്യാ ഹിന്ദുസ്ഥാനും പാകിസ്ഥാനുമായ കാലത്ത്. ഇന്ത്യയിൽ എം കെ ഗാന്ധിയും പാകിസ്ഥാനിൽ ജിന്നയും രാഷ്ട്രപിതാക്കളായി അവരോധിക്കപ്പെട്ട കാലത്ത് അന്നാണ് തന്റെ കുടുംബം പാകിസ്ഥാനിൽനിന്ന് ഹിന്ദുസ്ഥാനിലേക്ക് കുടിയേറിപ്പാർത്തത്. അന്ന് സർവ്വരുടെയും ചുണ്ടിൽ പാട്ടുണ്ടായിരുന്നു:

“സാരെ ജഹാംസെ അച്ഛാ

ഹിന്ദൂസ്ഥാന് ഹമാര ഹമാരാ
സാരെ ജഹാംസെ അച്ഛാ....”

ഏറ്റവും മഹത്തായ രാജ്യം ഞങ്ങളുടെ ഹിന്ദുസ്ഥാനാണ്. കരക വിഞ്ഞൊഴുകുന്ന രാജ്യസ്നേഹം. എന്റെ നാട്. ഹിന്ദുസ്ഥാൻ.

ആ ആവേശത്തള്ളലിലാണ്, പട്ടാളത്തിൽ ചേരാൻ പോകുന്നു എന്ന് ചേട്ടൻ പറഞ്ഞപ്പോൾ അച്ഛൻ ആഹ്ലാദത്തോടെ സമ്മതിച്ചത്. ഇന്ത്യൻ സൈന്യത്തിലെ ഒരു ഭടനാവുക. ഏറ്റവും മഹത്തായ സേവനം.

ഏട്ടൻ പൊങ്ങച്ചക്കാരനായിരുന്നില്ല. അവധിയിൽ വരുമ്പോൾ അവി ടത്തെ കഷ്ടതകൾ വിവരിക്കും. പലപ്പോഴും അച്ഛൻ പറഞ്ഞിട്ടുണ്ട്. നീയിനി തിരിച്ചു പോകേണ്ട. പക്ഷേ, പോകാതിരിക്കാനാവില്ല. ചെന്നി ല്ലെങ്കിൽ പൊലീസുവരും. കൈക്കും കാലിനും ആമം വച്ച് ക്രൂരനായ ക്രിമിനൽ പുള്ളിയെപ്പോലെ റോഡിലൂടെ നടത്തിക്കൊണ്ടുപോകും.

വയസ്സായ അച്ഛൻ. വാതരോഗിയായ അമ്മ. ജ്യേഷ്ഠന്മാരുടെ ഭാര്യ മാർ. കുട്ടികൾ. മല്ലിക. താൻ. വലിയൊരു കുടുംബം. രണ്ടാമത്തെ ജ്യേഷ്ഠൻ ഒരു ലോറിക്കമ്പനിയിലെ ക്ലീനറായിരുന്നു. മുപ്പത്തഞ്ചോ നാല്പതോ രൂപയാണ് ഒരു മാസത്തെ ശമ്പളം. പിന്നത്തെ ആശ്രയം മൂത്ത ജ്യേഷ്ഠനായിരുന്നു. എന്നിട്ടും അച്ഛൻ വിലക്കി. നീയിനി പോകേണ്ട. ചേട്ടൻ ചിരിച്ചു. ഇവറ്റയെയൊക്കെ പട്ടിണിക്കിട്ടു കൊല്ലാനോ.

കാലത്തിന്റെ ചലനം. ശർമ്മ യുവാവായി. ജോലിയൊന്നുമില്ല. വിവാ ഹിതനുമായി.

അനുജന്റെ വിവാഹഘോഷത്തിന് ജ്യേഷ്ഠൻ പട്ടാളത്തിൽനിന്ന് അവധിക്കു വന്നു. റം ധാരാളമായി കൊണ്ടു വന്നിരുന്നു. വിവാഹഘോ ഷങ്ങൾ കഴിഞ്ഞ് ആളുകൾ പിരിഞ്ഞു. ജ്യേഷ്ഠാനുജന്മാർ ഒന്നിച്ചിരുന്നു മദ്യപിച്ചു. ഉണ്ടായിരുന്നത് മുഴുവൻ അകത്താക്കി. ശർമ്മ തലപൊക്കാ നാകാതെ മൂലയിൽ കിടന്ന് ഉറങ്ങി.

രണ്ടാമത്തെ ജ്യേഷ്ഠൻ പറഞ്ഞു. അവനൊരു തലുന്തനാ. അവനുറ ങ്ങട്ടെ. നമുക്കൊന്നു കറങ്ങാം ചേട്ടാ.

അവർ കറങ്ങാനിറങ്ങി. അയാൾ ക്ലീനറായി ജോലി നോക്കുന്ന ലോറി ഗ്യാരേജിൽ കിടക്കുന്നുണ്ടായിരുന്നു.

“കേറിയിരി ചേട്ടാ.”

ലോറിയുടെ ചക്രങ്ങൾ അയാളുടെ അസ്ഥിരമായ മസ്തിഷ്കത്തി നൊപ്പം കറങ്ങിത്തിരിഞ്ഞു.

പിന്നീടവർ തിരിച്ചു വന്നില്ല.

അങ്ങനെ, ആചാരപ്രകാരം ശർമ്മ രണ്ടു ചേട്ടത്തിമാരുടെയും കൂടി ഭർത്താവായി.

വളർന്നു വരുന്ന മല്ലികയുടെ ഭാരം അയാളുടെ തലയിൽ മാത്രമായി.

അയാൾ പട്ടാളത്തിൽ ചേർന്നു. അവധിയിൽ ചെല്ലുമ്പോൾ അവർ അയാൾക്ക് നെയ് കുഴച്ച് ചപ്പാത്തിയിൽ വച്ചുകൊടുത്തു. അയാൾ വന്നാൽപ്പിന്നെ കോഴിമുട്ട അവർ വില്ക്കാറില്ല.

മൂന്നു ഭാര്യമാരും ഒരു പെങ്ങളും എട്ടു കുട്ടികളുമുള്ള വലിയ കുടുംബം. അയാൾ തനിക്കു കിട്ടുന്ന ശമ്പളം അതേപടി അവർക്കയച്ചു കൊടുത്തു. പൈജാമ വരിഞ്ഞു കെട്ടിയുടുത്ത് അവരതിൽനിന്നു മിച്ചം വച്ചു. കുഞ്ഞു നാത്തുനാരെ ഗൗന അയയ്ക്കണം.

മല്ലിക ചെറുപ്പമാണ്. അടിതെറ്റാനെളുപ്പമാണ്. കാരണം, അവൾ വിചാര വികാരങ്ങളുള്ള സ്ത്രീ തന്നെയാണ്. സ്വയം നിലതെറ്റിപ്പോകുന്ന പല ചലനങ്ങളും അവൾ കാണുന്നുണ്ട്. കേൾക്കുന്നുണ്ട്. മറ്റെവിടെയു മല്ല. ഈ കുടിലിൽത്തന്നെ.

ഇളയവൾ ഗ്രാമത്തിന്റെ അറ്റത്തെ ഡയറി ഫാമിലെ കാലിമേപ്പുകാ രൻ ചെക്കനുമായി ഒരു ത്രിസന്ധ്യക്ക് വേലിക്കരികിൽ നിന്നു കിന്നാരം പറയുന്നതു കണ്ടുവെന്ന് രണ്ടാമത്തവൾ മൂത്തവളോടു പറഞ്ഞു. ഒരുദി വസം രാത്രി വെള്ളമെടുക്കാൻ ഹാൻഡ് പമ്പിനടുത്തു ചെന്നപ്പോൾ, രണ്ടാ മത്തവൾ ഒരുവനുമായി കൊരുത്തു കിടക്കുന്നത് നാട്ടുവെട്ടത്തിലവൾ കണ്ടുവെന്ന് ഇളയവൾ മൂത്തവളോടു പറഞ്ഞു.

മൂത്തവൾ മാത്രം വികാരം ചോർന്നു നശിച്ച കറുത്ത പാടുള്ള കണ്ണു കൾ അനന്തതയിൽ നട്ട്, നരച്ച തലമുടിയിൽ വിരലോടിച്ച് ബലിഷ്ഠകാ യനായ അയാളെ ധ്യാനിച്ചിരുന്നു.

വർഷങ്ങൾ വരികയും പോകുകയും ചെയ്തു.

അവധികൾ വരികയും പോകുകയും ചെയ്തു.

ഓരോ വർഷവും അവധിയിൽ വരുമ്പോഴും അവർ അയാൾക്ക് നെയ്യും പാലും മുട്ടയും കൊടുത്തു. അയാൾ അവരൊത്ത് ശയിച്ചു. അതി നിടയിൽ അയാളോട് നുണ പറയാൻ, നുണ്ണാട്ടം പറയാൻ അവരാരും ധൈര്യപ്പെട്ടില്ല.

അവർ അയാൾക്കുവേണ്ടി അയാളുടെയും അന്യരുടെയും കുട്ടികളെ പ്രസവിച്ചു.

ഇങ്ങ്, മണൽപ്പരപ്പിലെ മുൾച്ചെടികൾക്കിടയിൽ സെൽഫ് ലോഡിങ് റൈഫിളിന്റെ ഒരു കാഞ്ചിവലിയിൽ, ഹാൻഡ് ഗ്രെനേഡിന്റെ ചെറിയൊരു ചിൽക്കയിൽ തങ്ങളുടെ ഭർത്താവിന്റെ ജീവൻ തൂങ്ങി നിന്നതവർ അറി ഞ്ഞില്ല!

തന്നെ ഗൗനയയക്കാൻ ചേട്ടൻ വരുന്നതും കാത്തിരുന്ന കൊച്ചു പെങ്ങൾ മല്ലികയുമറിഞ്ഞില്ല!

അയാൾ തന്നെത്താനുമറിഞ്ഞില്ല.

പതിനൊന്ന്

അന്തപ്പുരത്തിൽ സ്ത്രീകൾ കൂട്ടം ചേർന്നു.

"മിസ്സിസ് രത്തൻ ചെയ്തത് എന്തു വൃത്തികേടാണ്. നമുക്കൊന്നു വഴിയിലിറങ്ങി നടക്കാൻ കൂടെ വയ്യെന്നായിട്ടുണ്ട്." മിസ്സിസ് ബെരിയാണ്.

"മുഖത്തു നോക്കാൻ കൂടി ഭയന്നിരുന്ന കീടങ്ങൾ ഇപ്പോൾ നേരെ നോക്കി നിന്നു കമന്റടിക്കുന്നു." മിസ്സിസ് ഗുർജറിന്റെ വക.

"ഇന്നലെ ഞാൻ പുറത്തൊന്നു പോയപ്പോ തോളീന്ന് സാരിത്തലപ്പൊന്നു വീണു. അതിന് ഒരുത്തൻ കമന്റടിക്കുകയാ – ഓഫീസർമാരുടെ ഭാര്യമാരെല്ലാം പിഴകളാണെന്ന്. ഇതിനൊക്കെ ഇടവരുത്തിയത് അവളൊരുത്തിയാണ്."

മിസ്സിസ് തൃപ്താരത്തൻ കയറിവന്നത് അവർ അറിഞ്ഞില്ല. അവർ പറഞ്ഞതെല്ലാം അവൾ കേട്ടു.

"ഒന്നു നിർത്തണം. എന്റെ മിസ്സിസ് ഗുർജറെ ഞാനിത്രയല്ലേ ചെയ്തുള്ളൂ. നിങ്ങളെപ്പോലെ ഒളിച്ചോടിപ്പോയി ബോയ് ഫ്രെണ്ടിന്റെ കൂടെ ഒരു മാസം ഹോട്ടൽ മുറിയിൽ താമസിച്ചിട്ടൊന്നുമില്ലല്ലോ."

രംഗം നിശ്ശബ്ദമായി. മിസ്സിസ് രത്തന്റെ ശരം തനിക്കുനേരെ ഇപ്പോൾ വരും എന്നു പ്രതീക്ഷിച്ച് ഓരോരുത്തരും നിന്നു. പക്ഷേ, അവൾ കൂടുതലൊന്നും പറഞ്ഞില്ല. അവജ്ഞയോടെ ആകെയൊന്നു നോക്കി. എന്നിട്ടവൾ ഇറങ്ങിപ്പോയി.

രാത്രിയുടെ മറവിൽ റെജിമെന്റിലെ സ്റ്റോഴ്സ് ഓഫീസറായ ക്വാർട്ടർ മാസ്റ്റർ ക്യാപ്റ്റനു ഗുർജർ കമ്പിവേലിക്കരികെ പെൻടോർച്ചു തെളിയിച്ചു. പുറത്തേറ്റിയ ചാക്കുമായി ഒരാൾ അയാളെ അനുഗമിച്ചു. അതിന്റെ ഭാരത്തിനുകീഴെ മണൽത്തരികൾ അമർന്നു കരഞ്ഞു.

"ധം, കോൻ ആത്താഹെ."

- നില്ക്കൂ, ആരാണവിടെ.

സെൻട്രിയുടെ ശബ്ദം. ക്യാപ്റ്റനെ അല്പമൊന്ന് നടുക്കി. എങ്കിലും ധൈര്യം സംഭരിച്ച് പട്ടാളഭാഷയിൽത്തന്നെ മറുപടി കൊടുത്തു.

"ദോസ്ത്"

- സുഹൃത്ത്.

സെൻട്രി ശബ്ദം തിരിച്ചറിഞ്ഞു. ക്യാപ്റ്റൻ ഗുർജർ ഇന്നത്തെ ഡ്യൂട്ടി ഓഫീസർ അയാളല്ല. പിന്നെ ഈ അസമയത്ത് ഇവിടെ വന്നത്? എന്തോ രഹസ്യമുണ്ട്. നോക്കി അറിയണം.

അയാൾ പറഞ്ഞു:

"പഹിചാൻകോലിയേ ആഗേ ബഢ്"

- പഹിചാൻ കേലിയേ ആഗേ ബഢ്"

- തിരിച്ചറിയാൻ വേണ്ടി മുന്നോട്ടു വരിക.

ക്യാപ്റ്റൻ മുമ്പോട്ടു നടന്നു.

സെൻട്രി വീണ്ടും പറഞ്ഞു.

"ധം"

- നില്ക്കവിടെ

ക്യാപറ്റൻ നിന്നു.

സെൻട്രി ചോദിച്ചു

"ആജ് കാ പാസ്‌വേഡ്?"

- ഇന്നത്തെ രഹസ്യകോഡ് വാക്ക്?

"ചീനി കീ ബോരി"

-പഞ്ചസാരച്ചാക്ക്.

വെകിളി പിടിച്ച ഒരവസ്ഥയിൽ ക്യാപ്റ്റന്റെ വായിൽ നിന്നു വീണത് അങ്ങനെയാണ്. സെൻട്രിക്കു കാര്യം മനസ്സിലായി. അതുകൊണ്ടാണ് ഇഷ്ടൻ മെയിൻഗേറ്റിലൂടെ പോകാതിരുന്നത്. അങ്ങനെയങ്ങു വിടുന്നത് ശരിയല്ല. അയാൾ പറഞ്ഞു:

"ആധാ തേരാ, ആധാ മേരാ"

- പകുതി നിന്റെ, പകുതി എന്റെ

"മഞ്ജൂർ"

- സമ്മതം തന്നെ.

അടുത്ത ആഴ്ച ഓ ആർ ലങ്കറിൽ മധുരമില്ലാത്ത ചായ വിളമ്പി.

ക്വാർട്ടർ മാസ്റ്റർ സീനിയർ ജേ സി ഓവിനോടും സീനിയർ ജേ സി ഓ കമ്പനി ജേ സി ഓ മാരോടും, കമ്പനി ജേ സി ഓമാർ കമ്പനി ഹവിൽ ദാർ മേജർമാരോടും കമ്പനി ഹവിൽദാർ മേജർമാർ തങ്ങൾക്കു കീഴി ലുള്ള പട്ടാളക്കാരോടും പറഞ്ഞു.

ഇപ്രാവശ്യം പഞ്ചസാര സപ്ലൈ കുറവായിരുന്നു. നാലഞ്ചു ദിവസ ത്തേക്കു പഞ്ചസാര ഉണ്ടാവില്ല. മധുരമില്ലാത്ത ചായയേ ഉണ്ടാക്കാനാവൂ. അതു സംതൃപ്തിയോടെ കുടിച്ചുകൊള്ളണം. ബഹളമുണ്ടാക്കുന്നവ

രെയും പരാതിക്കാരെയും പ്രത്യേകം ഗൗനിക്കുന്നതായിരിക്കും. കൂടാതെ ഇക്കാര്യം കമാണ്ടിങ് ഓഫീസറുടെ ചെവിയിൽ പെടാനും പാടില്ല.

എങ്കിലും കമാണ്ടിങ് ഓഫീസറുടെ ചെവിയിൽ അതു പെടുകതന്നെ ചെയ്തു.

ക്യാപ്റ്റൻ ഗുർജറിനോടയാൾ തത്സംബന്ധമായ എക്സ്പ്ലനേഷൻ ആവശ്യപ്പെട്ടു.

അന്നു സായാഹ്നത്തിൽ മിസ്സിസ് ഗുർജർ കേണലിനു മുമ്പിൽ തുളുമ്പുന്ന ലഹരി സ്വയം എക്സ്പ്ലെയിൻ ചെയ്തു സമർപ്പിച്ചു. കേണൽ അതെല്ലാം പഞ്ചസാരയുടെ മധുരത്തോടെ ആസ്വദിച്ചു. സുഖിച്ചു. പ്രസാദിച്ചു.

ഓഫീസർ മെസ്സിലും ജേ സി ഓ മെസ്സിലും മധുരമുള്ള ചായ തന്നെ വിളമ്പി.

റെജിമെന്റിന് ഒരമ്പലമുണ്ട്. അതിനു പൂജാരിയുമുണ്ട്. മറ്റെല്ലാ റെജിമെന്റുകളെയുംപോലെ.

അന്തിപ്പൂജ കഴിഞ്ഞ് ആരതി ഇറക്കി. മധുരം ചേർത്ത പ്രസാദം വിളമ്പി. കേണൽ സാബിന്റെ പ്രത്യേക ആവശ്യപ്രകാരം പൂജാരി പ്രബോധനം നടത്തി.

“പട്ടാളത്തിന്റെ ആണിക്കല്ല് അച്ചടക്കമാണ്. സീനിയറുടെ എന്തുത്തരവും ചോദ്യം ചെയ്യാതെ നടപ്പാക്കണം. സീനിയർ ചെയ്യുന്നതെന്താണെന്നല്ല, പറയുന്നതെന്താണെന്നാണ് നാം നോക്കേണ്ടത്. ഭഗവാൻ ശ്രീകൃഷ്ണൻ....”

“പതിനാറായിരത്തെട്ടു പെണ്ണുങ്ങളുടെ കെട്ടിയവനായിരുന്നു.” പണ്ഡിറ്റ്ജിയുടെ പ്രബോധനത്തിന്റെ പോക്ക് മനസ്സിലാക്കിയ സരസനായ ഏതോ ഭക്തൻ ഇടയ്ക്കു കയറി പറഞ്ഞു.

ബുദ്ധിമാനായ പണ്ഡിറ്റ്ജി വിശദീകരിച്ചു.

“അതുകൊണ്ടു തന്നെയാണു ഞാൻ പറഞ്ഞത് ശ്രീകൃഷ്ണൻ വളരെ സീനിയറായിരുന്നു.”

പന്ത്രണ്ട്

മുകളിൽ കത്തിയെരിയുന്ന ഉഗ്രപ്രതാപിയായ സൂര്യൻ. താഴെ ചൂടിനെ ഭുജിക്കുകയും ചൂടിനെ വിസർജ്ജിക്കുകയും ചെയ്യുന്ന മണൽത്തരികൾ. രണ്ടിനുമിടയിൽ ചൂടുള്ള കാറ്റ് കനം കുറഞ്ഞ മണൽത്തരികളും പേറി നടക്കുന്നു.

പരേഡ് ഗ്രൗണ്ടിൽ 'ബീ'ക്കമ്പനിയിലെ മുഴുവൻ ജവാന്മാരും പണിഷ്മെന്റ് പരേഡ് ചെയ്യുകയാണ്. ഛോട്ടാ പിട്ടുവെന്നും ബഡാ പിട്ടുവെന്നും അറിയപ്പെടുന്ന ചെറുതും വലുതുമായ രണ്ടു സഞ്ചികൾ. രണ്ടിലും നിറയെ സാധനങ്ങൾ. വലുത് പുറത്തുവച്ചുകെട്ടി. ചെറുത് വലതുവശത്തും. ഇടതുവശത്ത് വെള്ളം നിറച്ച വാട്ടർ ബോട്ടിൽ തൂങ്ങുന്നു. വലതുകൈയിൽ സ്ലിങ് ഘടിപ്പിച്ച റൈഫിൾ. മുഴുവൻ കമ്പനിയും ഗ്രൗണ്ടിൽ ഫാളിനായിട്ടുണ്ട്.

റേഷൻ കൊണ്ടുവരാൻ വണ്ടിയിൽ പോയിരുന്നത് 'ബീ'ക്കമ്പനിയിലെ ഏതാനും ജവാന്മാരാണ്. അന്ന് 'സപ്ലൈ'യിലെ മദിരാസി ബാബു പറയുന്നത് അവർ കേട്ടതാണ്. അരിയൊഴിച്ചുള്ള എല്ലാ സാധനങ്ങളും ഫുൾക്വാട്ട ഉണ്ടെന്ന്.

പിന്നെ പഞ്ചസാര കുറവാണ് കിട്ടിയതെന്നു പറയുന്നതോ? – നുണ. വെറും നുണ.

ബൽദേവ് സിങ് പറഞ്ഞു. "ഇത് ഓഫീസർമാർ കട്ടുവിറ്റതാണ്. ഞാനീ ചായ കുടിക്കുകയില്ല."

കമ്പനി ഓഫീസിലെ ക്ലാർക്ക് സി പി റാണാ അത് ഏറ്റു പറഞ്ഞു. "ഞാനും കുടിക്കുകയില്ല."

അതിനു പിന്തുണ പ്രഖ്യാപിക്കാൻ നാലഞ്ചു പേരുണ്ടായി.

കാര്യം കേണലിനു മുമ്പിലെത്തി. ഓ ആർ ലങ്കറിൽ സമരം നടന്നിരിക്കുന്നു.

തലേന്നത്തെ മധുരം കേണലിന്റെ അധരത്തിലും സിരകളിലും തങ്ങിനിന്നു. അയാൾ ജ്വലിച്ചു.

പട്ടാളത്തിൽ സമരമോ?

ഉടൻ ഉത്തരവും വന്നു.

“ബീക്കമ്പനിക്ക് കഠിന പണിഷ്മെന്റ്. ഉച്ചയ്ക്ക് ഒരു മണിമുതൽ രണ്ടുവരെ റൈഫിൾ പരേഡ്, ഫുൾ പാക്ക് സഹിതം ചെയ്യൂ. ഒരാഴ്ച.”

അതിനു മേൽനോട്ടം വഹിക്കാൻ അഡ്ജൂറ്റന്റ് ‘ഡീറ്റെയിൽ’ ചെയ്യപ്പെട്ടു.

പട്ടാളത്തിലങ്ങനെയാണ്. ഒരാളൊന്നു മിണ്ടിയാൽ, ഒരു തെറ്റു ചെയ്താൽ സമൂഹശിക്ഷ. തെറ്റുചെയ്ത വ്യക്തി ആരെന്നല്ല, അയാളടങ്ങുന്ന സമൂഹമേതെന്നാണ് പ്രശ്നം. ശിക്ഷയൊഴിച്ചുള്ള കാര്യങ്ങൾക്ക് ഈ ‘സാമൂഹികത’ തികച്ചും ഒഴിവാക്കപ്പെടുന്നു.

എരിപൊരിക്കൊള്ളുന്ന വെയിലിൽ തലയ്ക്കു മുകളിൽ റൈഫിൾ ഉയർത്തിപ്പിടിച്ച് പുറത്തു ഭാരിച്ച സഞ്ചിയുമായി അവർ അങ്ങോട്ടും ഇങ്ങോട്ടും ഓടി.

പരേഡെടുക്കുന്ന ബറ്റാലിയൻ ഹവിൽദാർ മേജറുടെ ശബ്ദം ചൂടുള്ള കാറ്റിൽ അങ്ങ് കേണലിന്റെ മുറിയിലോളം എത്തിയിരുന്നു.

കമ്പനീ.... സാവ്ധാൻ.

തീനോത്തീൻ ദഹിനേ ചലേഗാ ദഹിനേ മൂഡ്.

റൈഫിൾ ഊപ്പർ

ദൗഡ് കേ ചൽ

പീച്ഛേ മൂഡ്

പീച്ഛേ മൂഡ്....

വിയർത്തൊലിക്കുന്ന ചൂട്. വരളുന്ന തൊണ്ട. മനുഷ്യാത്മാക്കൾ അശക്തരായി.

ഒരു തുള്ളി വെള്ളം.

“ആരും വെള്ളം കുടിക്കുകയില്ല.”

ശക്തമായ ഉത്തരവായിരുന്നു അത്.

പട്ടാളക്കാരുടെ അരയിൽ തൂക്കിയിരുന്ന നിറഞ്ഞ വാട്ടർ ബോട്ടിലുകളിൽ വെള്ളം ദാഹിച്ചു കിടന്നു....

പുറത്ത് മനുഷ്യർ തളർന്നു വീഴുമ്പോൾ രോമകൂപങ്ങളിലൂടെ ചൂട് ഒലിച്ചിറങ്ങുമ്പോൾ സുബേദാർ മേജർ തന്റെ ഓഫീസ് മുറിയിൽ ജ്വലിക്കുന്ന ദേഷ്യത്തിൽ അക്ഷമനായിരുന്നു.

സിപാഹി ഹുക്കും സിങ്ങിന്റെ കഴുത്തിനു പിടിച്ചുതള്ളിക്കൊണ്ട് കിഷൻസിങ് കടന്നുവന്നു. സുബേദാർ മേജർ കസേര ഒറ്റത്തള്ളിനു ദൂരെ

മാറ്റി, തവളയെപ്പോലൊരു ചാട്ടം. കരുത്തുറ്റ ആ കൈപ്പടം ഹുക്കും സിങ്ങിന്റെ മുഖത്ത് ആഞ്ഞാഞ്ഞു വീണു. സുബേദാർ മേജർ പരേഡ് ഗ്രൗണ്ടിലേക്ക് കൈചൂണ്ടിക്കൊണ്ട് അലറി.

"ഹറാം ജാദേ, ദേഖ്. ദേഖ് ഉധർ തേരി മെഹർ ബാനീ കീ നിശാനീ"

– ഹറാം പിറന്നവനെ, നോക്കെടാ, നോക്ക്. നിന്റെ കാരുണ്യത്തിന്റെ സാക്ഷ്യം.

ഹുക്കുംസിങ് സുബേദാർ മേജറുടെ കാല്ക്കൽവീണു കരഞ്ഞു. സാബ് തെറ്റു പറ്റിപ്പോയി. മാപ്പുതരണം.

പഞ്ചസാരച്ചാക്ക് ക്യാപ്റ്റൻ ഗുർജർ കടത്തിക്കൊണ്ടുപോയ രാത്രിയിലെ സെൻട്രിയായിരുന്നു അയാൾ.

കേണലിനു മുമ്പിൽ കലികൊണ്ടു വിറയ്ക്കുന്ന സുബേദാർ മേജർ നിന്നു. ഹുക്കുംസിങ് പഞ്ചപുച്ഛമടക്കി അറ്റൻഷനായി നിന്നു. സുബേദാർ മേജർ പറഞ്ഞു.

"ഇതന്യായമാണു സാർ. ഒരു ഓഫീസർ അറിഞ്ഞുകൊണ്ടു ചെയ്ത കുറ്റം. കുറ്റം മറച്ചുവച്ചു എന്നു മാത്രമല്ല ഉണ്ടായിട്ടുള്ളത്. സത്യം പുറത്തു വരാതിരിക്കാൻവേണ്ടി പട്ടാളക്കാർ കൂട്ടത്തോടെ ശിക്ഷിക്കപ്പെട്ടിരിക്കുന്നു. ഓഫീസർ കുറ്റം ചെയ്താലും ശിക്ഷ ജവാന്മാർക്കോ? അതു പാടില്ല. ഒരു ജനറൽ കോർട്ടുമാർഷ്യൽ വിളിച്ചുചേർത്ത് കുറ്റക്കാരനെ ശിക്ഷിക്കാൻ ഞാനപേക്ഷിക്കുന്നു."

ജനറൽ കോർട്ട് മാർഷ്യൽ. കേണൽ നടുങ്ങി. ക്യാപ്റ്റൻ ഗുർജറിനെതിരെ ശക്തമായ തെളിവുകൾ. അതിന്റെ കുത്തൊഴുക്കിൽ താനും പെട്ടുപോയേക്കാം. അയാളിരുന്നു വിയർത്തു.

വൈകിട്ട് ഓഫീസർ മെസ്സിൽ പാർട്ടി നടന്നു. ആട്ടവും പാട്ടും നടന്നു. ലൈറ്റുകൾ അണയുകയും തെളിയുകയും ചെയ്തു. പെണ്ണുങ്ങൾ അടിയുടുപ്പുകൾ നേരെയാക്കുകയും സാരികൾ അഴിച്ചു കുത്തുകയും ചെയ്തു.

അതിലൊന്നും പങ്കുകൊള്ളാതെ കേണലും ക്യാപ്റ്റൻ ഗുർജറും ഒഴിഞ്ഞുനിന്നു രഹസ്യം പറഞ്ഞു. കോർട്ടുമാർഷ്യലും മറ്റും വരാതിരിക്കാൻ കഴിവതും ശ്രമിക്കണം. ശ്രമങ്ങൾ വിഫലമായാൽ? ശക്തമായ തെളിവുകൾ. എന്തു ചെയ്യും. ഏറ്റവും ശക്തവും അപ്രതിരോധ്യവുമായ തെളിവ് ഹുക്കുംസിങ്ങിന്റെ സാക്ഷിമൊഴിയായിരിക്കും.... ഒന്നു തീരുമാനിച്ചതാണ്. കൂടെ ഒന്നുകൂടിയിരിക്കട്ടെ. അവർ കൈപിടിച്ചു കുലുക്കി സഭയിലേക്കു വന്നു.

കൈയിലൊരു ഗ്ലാസുമായി കേണൽ ചുറ്റിനടന്നു. തൃപ്താരത്തനെ അന്വേഷിച്ചാണയാൾ നടന്നത്. പക്ഷേ, അന്ന് പാർട്ടിയിൽ അവൾ വന്നിട്ടില്ലായിരുന്നു.

കുളിമുറിയിൽ വെളുത്തു കൊഴുത്ത മേനിയിലൂടെ തണുത്ത ജലം ഒഴുകിയിറങ്ങി. ശരീരത്തിന്റെ കോണുകളിൽനിന്ന് ചളിയും കുഴമ്പും തേച്ചിളക്കി. തന്നെപ്പുണരുന്ന ജലകണങ്ങളിലൂടെ താഴോട്ടൊഴുക്കി. അവൾ തണുത്ത, നിറമാർന്ന, ജലകണങ്ങളോടു കിന്നാരം പറഞ്ഞു.

നിങ്ങളെന്നെ അറിയുമോ

അറിയാതിരിക്കില്ല.

വർഷങ്ങൾക്കുമുമ്പ്....

ജീവിതത്തിലെ ഏറ്റവും മഹത്തായ സങ്കല്പം തകർന്നടിഞ്ഞ രാത്രിയെത്തോളിലേറ്റിവന്ന സന്ധ്യ.

കുളികഴിഞ്ഞ് ഈറൻമാറി മുടികോതിക്കൊണ്ടു നില്ക്കുമ്പോഴാണ് അദ്ദേഹം ഓഫീസിൽനിന്നു വന്നത്. മുടിയിഴകളിൽനിന്നു തെറിച്ചുവീണ രണ്ടു വെള്ളത്തുള്ളികൾ അവളുടെ മഞ്ഞ വയറിന്മേൽ കൗതുകം സൃഷ്ടിച്ചു. അപ്പോഴാണ് വയറിലേക്ക് അയാൾ ശരിക്കു നോക്കുന്നത്. എന്തോ ഒരു പ്രത്യേകത പോലെ. അയാൾ ചോദിച്ചു.

"വയറിനെന്തോ ഒരു പ്രത്യേകതപോലെ."

നാണം പുരണ്ടമിഴികൾ കാലിലുടക്കി അവൾ പറഞ്ഞു.

"മോനാണ്."

"സത്യം."

"സത്യം. ഈ വയറ്റിലിരിക്കുന്ന വെള്ളത്തുള്ളികൾ പോലെ തെളിഞ്ഞ സത്യം."

അവൾ വയറിൽനിന്ന് ഒരു തുള്ളി വെള്ളം തുടച്ചെടുത്ത് സ്വന്തം കൺപീലിയിലും മറ്റേത്തുള്ളി അയാളുടെ കൺപീലിയിലും തേച്ചു.

ഒന്നും ഉണ്ടായിട്ടില്ല. അങ്ങനെ ചെയ്യണമെന്നു തോന്നിയതു കൊണ്ടു മാത്രം. അതിന്റെ പ്രതികരണം കാണാൻ അവൾ കാത്തുനിന്നു.

എന്നാൽ അയാൾ ധൃതികൂട്ടി.

"തൃപ്താ, ഇന്ന് ജി ഓ സിയുടെ ഇൻസ്പെക്ഷൻ കഴിഞ്ഞു. ഓഫീസർ മെസ്സിൽ രാത്രി പാർട്ടിയാണ്. വേഗം ഒരുങ്ങൂ."

അവൾ ഒരുങ്ങി. മുഖത്തു മേക്കപ്പിട്ടു. വാലിട്ടു കണ്ണെഴുതി. സിംഹരാജന്റെ പടം തുന്നിപ്പിടിപ്പിച്ച ചുവന്ന മസ്ലിൻ സാരിയുടുത്തു.

സ്കൂട്ടറിന്നടുത്തേക്കു നടക്കുമ്പോൾ അയാൾ പറഞ്ഞു.

"ലഫ്റ്റനെന്റ് ലാലും ക്യാപ്റ്റൻ കൃപാൻസിങ്ങും പറയുന്നു ഞാൻ ഭാഗ്യവാനാണെന്ന്."

"ഉം" അവൾ ചോദ്യരൂപത്തിൽ അയാളെ നോക്കി.

"അവർ പറയുന്നു എനിക്കു സുന്ദരിയായ ഒരു ഭാര്യയുണ്ടെന്ന്."

തന്റെ സൗന്ദര്യം അംഗീകരിക്കപ്പെട്ടതിൽ ഭർത്താവിന് ആ കെയറോഫിലൊരു അഭിനന്ദനം കിട്ടിയതിൽ അവളാനന്ദിച്ചു.

പാർട്ടി തുടങ്ങി. വില കൂടിയ ലഹരിപാനീയങ്ങൾ കുപ്പികളിൽനിന്ന് മണിപ്പാത്രങ്ങളിലേക്കൊഴുകി. കാലിയായി.

മണി ഒമ്പതായി, പത്തായി, പത്തരയായി.

കനം തൂങ്ങുന്ന തലയും തുറക്കാത്ത കണ്ണുകളുമായി അവൾ ഒരു കോണിൽ ഒതുങ്ങിക്കൂടി.

വാചാലമായ സംസാരങ്ങൾ. നീണ്ട നീണ്ട സ്വിച്ച് ഓഫുകൾ. സ്വിച്ച് ഓഫ് സമയത്ത് ഒന്നു രണ്ടു തവണ ആരൊക്കെയോ അവളെ കയറിപ്പിടിച്ചിരുന്നു. അതുകൊണ്ട് ഒരു കോണിൽ ഒതുങ്ങിക്കൂടിയതാണ്.

കേണലിന്റെ ഭാര്യ ഒരു ഗ്ലാസു നിറയെ മഞ്ഞലഹരിയുമായി വന്നു. ഉറയ്ക്കാത്ത കൈകൊണ്ടവൾ തടുത്തു. ഉറയ്ക്കാത്ത മറ്റൊരു കൈ അതു തട്ടിമാറ്റി. അവൾ കുടിച്ചു.

പാർട്ടിയുടെ അവസാന ഭാഗം. ഇംഗ്ലീഷ് സംഗീതം മുറുകി. താളമില്ലാതെ കാലുകളും ശരീരങ്ങളുമിളകി.

നരച്ച മീശയ്ക്കു മുകളിൽ പന്തംപോലെ ചുവന്ന കണ്ണുകളുമായി ജീ ഓ സി ലെഫ്റ്റനെന്റ് ജനറൽ കുമരേശൻ വാരൻ പാത്ത് നടന്ന് കുശലം പറഞ്ഞു. ഓരോ സുന്ദരിയേയും അളന്നു തൂക്കി. ഇന്നത്തെ രാത്രി, താൻ തെരഞ്ഞെടുക്കുന്ന സുന്ദരി തനിക്കു കീഴിലുറങ്ങും.

അയാൾ തൃപ്താരത്തനു ചുറ്റും തെരുവു വേശ്യയെക്കണ്ട വിടനെപ്പോലെ കറങ്ങിത്തിരിഞ്ഞുനിന്നു. കേണലിനു കാര്യം മനസ്സിലായി. അയാൾ രത്തൻസിങ്ങിനെ കൂട്ടിക്കൊണ്ടുവന്നു. അയാൾ പരിചയപ്പെടുത്തി.

"ലഫ്റ്റനെന്റ് രത്തൻസിങ്"

വാരൻ പാത്ത് എന്ന പേരിലറിയപ്പെട്ടിരുന്ന ജനറൽ ഓഫീസർ കമാണ്ടിങ് പറഞ്ഞു.

"ഗ്ലാഡ് ടു മീറ്റ് യൂ."

കുലുങ്ങുന്ന കൈകൾ അഴിയും മുമ്പേ ചോദ്യം വന്നു.

"വെൻ ഈസ് യുവർ ക്യാപ്റ്റൻ സി ഡ്യൂ?"

"ഇനിയും രണ്ടു വർഷം കഴിയണം സാർ"

"അതു വളരെ നീണ്ട പിരിയേഡാണല്ലോ."

"സർ, രത്തൻസിങ് വളരെ സ്മാർട്ടാണ്. വളരെ കഴിവുള്ളവനാണ്. അങ്ങു വിചാരിച്ചാൽ അയാളെ ഒരു ക്യാപ്റ്റനാക്കാം. ക്യാപ്റ്റന്റെ ഒരു പോസ്റ്റ് ഇവിടെ ഒഴിഞ്ഞു കിടപ്പുണ്ട്." കേണൽ പറഞ്ഞു.

"ഓക്കെ, ശ്രമിക്കാം."

അവർ സംസാരിച്ചു സംസാരിച്ച് തൃപ്താരത്തനടുത്തെത്തി. കേണൽ അവളെയും അയാൾക്കു പരിചയപ്പെടുത്തി.

"മിസ്സിസ് തൃപ്താരത്തൻ. വൈഫ് ഓഫ് ലഫ്റ്റനെന്റ് രത്തൻസിങ്."

"ഓ...വ്. യൂ ആർ റിയലി ബ്യൂട്ടിഫുൾ."

മുറുകിപ്പൊങ്ങിയ വാദ്യസംഗീതം നിന്നു. ജനറൽ വാരൻ പാത്ത് അവളുടെ കക്ഷത്തിലൂടെ കൈകടത്തി പ്രേമോദ്ദീപകമായ വാക്കുകൾ ഉരുവിട്ടുകൊണ്ടു നടന്നു. ഒരാൾ കൈയിൽ പിടിച്ചു നടത്തുന്നുവെന്ന

ല്ലാതെ അവൾക്കു കൂടുതൽ ബോധമുണ്ടായിരുന്നില്ല. രത്തൻസിങ്ങും കേണലും അവരെ അനുഗമിച്ചു.

അത്തരമൊരു സന്ദർഭത്തിനുവേണ്ടി കൊതിച്ച അനേകം കൺജോടികൾ അത് അസൂയയോടെ നോക്കിനിന്നു.

അവർക്കുമുമ്പിൽ ജനറൽ വാരൻ പാത്തിന്റെ വാതിൽ അടഞ്ഞപ്പോൾ കേണൽ അഭിനന്ദന സൂചകമായിപ്പറഞ്ഞു.

"രത്തൻ നിങ്ങൾ ഭാഗ്യവാനാണ്. നിങ്ങൾക്ക് സുന്ദരിയായ ഒരു ഭാര്യയുണ്ട്."

ആരോ അടക്കിയ സ്വരത്തിൽ മറ്റൊരു ചെവിയിൽ മന്ത്രിച്ചു.

"ഇൻസ്പെക്ഷനിൽ ഒരു 'വെരിഗുഡ്' റിമാർക്കു കിട്ടും. കേണലും ഭാഗ്യവാനാണ്. കാരണം രത്തൻസിങ്ങിന് സുന്ദരിയായ ഒരു ഭാര്യയുണ്ട്."

ആയിരം ടൺ ഭാരം മുകളിൽ കയറിയപോലെ അവൾ കിടന്നു ശ്വാസംമുട്ടി. നരച്ച മീശയിലരിച്ചുവിട്ട മദ്യത്തിന്റെ മണം അവളുടെ ശ്വാസകോശങ്ങളിൽ കയറിയിറങ്ങി. ഗർഭിണിയായ അവളുടെ വയർ ഞെരിഞ്ഞിറുകി.

ചുവന്ന സാരിയിലെ സിംഹരാജനു, പാവനമായൊരു സങ്കല്പത്തിന്റെ തകർച്ച കാണാനാകാഞ്ഞ് മുഖത്തൊരു തുണിയും വലിച്ചിട്ട് ദൂരെ മാറിക്കിടന്നു.

പിറ്റേന്ന് കുളിമുറിയിൽ മുലക്കണ്ണിൽനിന്ന് മദ്യത്തിന്റെ മണം കഴുകിക്കളയുമ്പോൾ, അടിവയറ്റിലെ രോമകൂപങ്ങളിൽനിന്ന് പാപത്തിന്റെ പശ കഴുകിയിറക്കുമ്പോൾ അവൾ വെള്ളത്തുള്ളികളോടു കിന്നാരം പറഞ്ഞു.

"മിസ്റ്റർ രത്തൻ ഭാഗ്യവാനാണ്. കാരണം, അയാൾക്ക് സുന്ദരിയായ ഒരു ഭാര്യയുണ്ട്."

അവൾ ചിരിച്ചു.

ലഹരി കലർന്ന ചിരി.

തലയിലേക്കു കുത്തിവീണ് ശരീരത്തിലൂടെ ഒഴുകിയിറങ്ങുന്ന ജലകണങ്ങളോടവൾ വീണ്ടും കിന്നാരം പറഞ്ഞു.

"നിങ്ങളെന്നെ അറിയുമോ?"

അറിയാതിരിക്കില്ല. നിങ്ങൾ ഒരിക്കലെങ്കിലും ഗിരാഗിയിലൂടെ ഒഴുകിയിട്ടുണ്ടാവും. അവിടെവച്ചു കണ്ടുകാണും.

തൃപ്താമോൾ.

മിസ് തൃപ്താ ഗെഹ്ലോട്ട്

ഗീർവനത്തിലെ കന്യകാ കാവല്ക്കാരനായ സിംഹരാജന്റെ പുറത്ത് അഭിമാനത്തോടെ ഞെളിഞ്ഞിരിക്കാറുള്ള ജമീന്ദാർ കന്യക–

"ഇപ്പോൾ ഞാൻ മിസ്സിസ് രത്തൻ സിങ്ങാണ്."

അരക്കെട്ടിൽ അസഹ്യമായ വേദന. അത് അടിവയറ്റിലേക്കിറങ്ങി. കാലുകളുടെ സന്ധികളിലേക്കിറങ്ങി. ചീറ്റിയൊഴുകിയ ചോരയിൽ അവൾ ബോധമറ്റു കിടന്നു.

മറ്റൊരു മഹൽ സങ്കല്പത്തിന്റെ തകർച്ച.

രത്തൻ ടെലിഫോൺ ചെയ്തു. വൈഫിന് അബോർഷനായി. രണ്ടു ദിവസത്തെ അവധിവേണം.

രണ്ടാഴ്ച കഴിഞ്ഞു. രത്തൻസിങ് ക്യാപ്റ്റനായി. പിന്നെ വർഷങ്ങൾക്കുശേഷം മേജറുമായി. അടുത്തുതന്നെ കേണലാവാൻ സെലക്ഷൻ ബോർഡിനു മുന്നിൽ ഹാജരാവുന്നു.

തൃപ്താരത്തൻ അപ്പോഴും ജലകണങ്ങളോട് കിന്നാരം പറഞ്ഞു.

അപ്പോഴും അകലെ മണൽക്കാട്ടിലെ മണവാട്ടിമാർ ആദിമാതാവിന്റെ മോചനത്തിനായി പരപുരുഷന്മാരെ ക്ഷണിക്കുന്നുണ്ടായിരുന്നു....

ഹിയാരേയ്....

പതിമൂന്ന്

സുബേദാർ മേജർ കുടിച്ചു. ലക്കില്ലാതെ കുടിച്ചു. അയാൾ പറഞ്ഞു. ഇന്നു സന്തോഷത്തിന്റെ ദിനമാണ്.

വസന്തത്തിനു വഴിമാറുന്ന ശൈത്യം. നാഷണൽ സ്റ്റേഡിയത്തിനു മുന്നിലെ പുൽത്തകിടിയിൽ ജിംനാസ്റ്റിക് മത്സരങ്ങൾ നടക്കുന്നു.

കസർത്തുകാരനായ കൊച്ചു പത്തൊൻപതുകാരൻ. ബാറിലല്പം പൗഡറിട്ടു. കൈ തുടച്ചു മിനുക്കി. മെല്ലെ ഉയർന്നു ചാടി ബാറിൽ തൂങ്ങി നിന്നു. അവന്റെ മനോഹരമായ ശരീരഘടന. അവന്റെ അഴകുറ്റ മെയ് വഴക്കം. കാണികൾ കൈയടിച്ചു പ്രോത്സാഹിപ്പിച്ചു.

ടർപ്പാളിൻ കൊണ്ടുമേഞ്ഞ പന്തൽ. മുഖംനിറയെ പുഞ്ചിരിയും അത്ഭുതം കൊണ്ടുവിടർന്ന കണ്ണുകളുമായി കാണികൾക്കിടയിലിരിക്കുന്ന കൊച്ചു സുന്ദരി. സുമിത്ര. അവന്റെ ഗേൾഫ്രണ്ട്. അവൾ അവനെത്തന്നെ നോക്കിയിരുന്നു. അവൻ അവളെ കണ്ടു.

ആത്മാവിന്റെ കുളിരിൽ, അഭിമാനത്തിന്റെ ലഹരിയിൽ അവൻ ആഞ്ഞാഞ്ഞു. ബാറിൽ കറങ്ങി. അപാകതയുടെ നിമിഷം. ബാറിൽ നിന്ന വൻ ഉയർന്നുപൊങ്ങി. ആകാശത്തിന്റെ അതിർത്തിയിലേക്കെന്നപോലെ പറന്നു.

"ഓ ഗോഡ്"

ചുറ്റും ദീനരോദനം.

ചുറ്റുംനിന്ന കോച്ചുകൾക്കോ കൂട്ടുകാർക്കോ അവനെ താങ്ങാൻ കഴിഞ്ഞില്ല. ഛിന്നഭിന്നമായ തലയോട്ടിക്കുപുറത്ത് തലച്ചോറ് ചിതറിക്കിടന്നു.

അശരീരിയായ ആത്മാവ് പുറത്തുകടന്നു.

സുമിത്ര പന്തലിൽ നിന്നോടിയെത്തി. തന്റെ എല്ലാമായിരുന്ന അവൻ പിടഞ്ഞു പിടഞ്ഞ്....

അശരീരിയായ ആത്മാവ് അവളെപ്പുണർന്നു. അവൾ പരസ്പരബന്ധമില്ലാത്ത കാര്യങ്ങൾ പറഞ്ഞു. അവൾ ചിരിച്ചു. അവൾ കരഞ്ഞു.

ആനന്ദ് പർബ്ബതിലെ മൂന്നാം നമ്പർ പട്ടാള ക്വാർട്ടറിൽ ആരോ വന്നു പറഞ്ഞു.

ദീനനാഥ് ബാറിൽ നിന്നുവീണു. തലപൊട്ടി. മരിച്ചു.

ഒരേ ഒരു മകനെ മാത്രം പ്രസവിച്ച് അമ്മയായ ആ സ്ത്രീക്കുചുറ്റും ഭൂമി തിരിഞ്ഞു. അവർക്കു പിടിച്ചുനില്ക്കാൻ പോലുമാകാത്തത്ര വേഗത്തിൽ ഭൂമി തിരിഞ്ഞു. അവർ ഇരുന്നു. കിടന്നു. പിന്നെ എണീറ്റില്ല.

രണ്ടു ദശവർഷത്തിലധികം പട്ടാളത്തിൽ ദുരന്ത മരണങ്ങളുമായി മുഖാമുഖം എതിരിട്ടുനിന്ന അദ്ദേഹം ഇരുന്നില്ല. കിടന്നുമില്ല. പലരും വിചാരിച്ചിരുന്നതുപോലെ പണ്ടെങ്ങോ ഉപേക്ഷിച്ച മദ്യപാനത്തിലേക്കു തിരിഞ്ഞുപോലും നോക്കിയില്ല.

നിവർന്നു തന്നെ നടന്നു.

പക്ഷേ, അതിനുശേഷം സുബേദാർ മേജർ ഉള്ളുതുറന്നു ചിരിക്കുന്നതാരും കണ്ടിട്ടില്ല.

ഇന്നയാൾ കുടിച്ചു. ലക്കില്ലാതെ കുടിച്ചു. ഇന്നു സന്തോഷത്തിന്റെ ദിവസമാണ്.

ക്യാപ്റ്റൻ ഗുർജർ കോർട്ട് ഓഫ് എൻക്വയറിയിൽ സമ്മറി ഓഫ് എവിഡൻസിൽ, കോർട്ടുമാർഷ്യലിന്റെ പ്രതിക്കൂട്ടിൽ 'അക്യൂസ്ഡ്' ആയി നില്ക്കുന്നത് കൺമുമ്പിൽ തെളിഞ്ഞു മറയുന്ന നിറങ്ങളിൽ അയാൾ കണ്ടു. അയാൾ വീണ്ടും കുടിച്ചു... നഷ്ട യൗവനം തിരിച്ചുവന്നു.

ഇരുട്ടിന്റെ മറവിൽ അയാൾ ഇറങ്ങിനടന്നു. ഓ ആർ ലങ്കറും കമ്പനി ഓഫീസും മെയിൻഗേറ്റും കടന്നയാൾ നടന്നു. അകലെ മരുഭൂമിയിലെ ആദിവാസിച്ചാളകളിലെ എണ്ണത്തിരി വെളിച്ചം കണ്ടു. അവയ്ക്ക് അടുത്ത് എത്തുംവരെ അയാൾ ആവേശത്തോടെ നടന്നു. ഇന്നു സന്തോഷത്തിന്റെ ദിവസമാണ്.

ചാരിവച്ചിരുന്ന പുൽത്തട്ടിക എടുത്തുമാറ്റി. അയാൾ അകത്തു കടന്നു. പുറവാതിലൂടെ പൈജാമയുടെ വള്ളി മുറുക്കിക്കൊണ്ട് അയാളുടെ തന്നെ റെജിമെന്റിലെ ഒരു ജവാൻ പുറത്തുകടന്നു.

സുബേദാർ മേജർ, അവധ പകർന്നു കൊടുത്ത വാറ്റു ചാരായം കുടിച്ചു. അവൾ കൊടുത്ത വെറ്റിലപ്പാക്ക് മുറുക്കി.

അയാൾ അവളുടെ മടിയിൽ തലവെച്ചു കിടന്നു. അവൾ അയാൾക്ക് കഥപറഞ്ഞു കൊടുത്തു. തലമുറകളിൽനിന്ന് തലമുറകളിലേക്ക് പകർന്നു കൊടുത്തുപോന്ന മരുഭൂമിയുടെ കഥ.

പണ്ടു പണ്ട്,

മുതുമുത്തച്ഛന്മാരുടെ മുതുമുത്തച്ഛന്മാരുടെ മുതുമുത്തച്ഛന്മാരുടെ കാലത്ത്. ഓർമ്മകൾക്കു ചിറകുകളും പാമ്പുകൾക്കു കാലുകളുമുണ്ടായിരുന്നകാലത്ത് എന്നുവച്ചാൽ ചക്രാധരചക്രവർത്തി ഹിന്ദുമഹാരാജ്യം ഒന്നായി ഭരിച്ചിരുന്ന കാലത്ത് അദ്ദേഹത്തിന്റെ തലസ്ഥാനം അങ്ങകലെ

ഹിമാലയ സാനുക്കളിലായിരുന്നുവത്രേ.

അന്ന് ഈ മരുഭൂമിയെല്ലാം കടലായിരുന്നു. അനേകായിരം അടി വെള്ളത്തിനടിയിൽ ശ്വാസംമുട്ടിക്കിടന്നവയാണ് ഇവിടത്തെ മണൽത്തരികൾ.

ചക്രാധരച്ചക്രവർത്തിക്കു കൂടുവിട്ടു കൂടുമാറുവാനും രൂപം മാറുവാനും കഴിയുമായിരുന്നു. പ്രജാക്ഷേമ തല്പരനായിരുന്ന അദ്ദേഹം പശുവായി, മയിലായി, കുയിലായി പലരൂപത്തിൽ സഞ്ചരിച്ച് പ്രജാക്ഷേമം നോക്കിവന്നു.

സൗന്ദര്യത്തിൽ അദ്ദേഹത്തെ ജയിക്കാൻ ഈരേഴു ലോകത്തിലും ആരും ഉണ്ടായിരുന്നില്ല.

ഒരുദിവസം അദ്ദേഹം വിശേഷപ്പെട്ട ഒരു മീനിന്റെ രൂപം ധരിച്ച് സമുദ്രാന്തർഭാഗങ്ങളിൽ ക്രീഡ നടത്തുകയായിരുന്നു. കടലമ്മയുടെ പുത്രിമാരിലൊരുവൾ വിശേഷപ്പെട്ട ആ മീനിനെ കണ്ടു. സകല മത്സ്യങ്ങളും അവൾക്കു സുപരിചിതങ്ങളാണ്. അത്തരം ഒരു മീനിനെ അവൾ ഒരിക്കലും കണ്ടിരുന്നില്ല. അവൾ അതിനെപ്പിടിച്ച് ഒരു കൂട്ടിലാക്കി. ആരും കാണാതെ പവിഴക്കൊട്ടാരത്തിലെ രത്നാലംകൃതമായ തന്റെ മുറിയിൽ സൂക്ഷിച്ചു.

രാജാവിന്റെ രൂപമാറ്റത്തിന്റെ സമയമടുക്കാറായി. ഒരു പ്രത്യേക സമയം വരെ മാത്രമേ രൂപമാറ്റം നിലനില്ക്കുകയുള്ളുവത്രേ.

ഇവിടെ വച്ചു രൂപമാറ്റം വന്നാൽ കടലിൽ കിടന്നു ശ്വാസംമുട്ടി മരിക്കുകയേയുള്ളൂ. അയാൾ രാജകുമാരിയോടു സത്യം പറഞ്ഞു. താൻ ഹിന്ദുസ്ഥാനത്തിന്റെ അധിപതിയായ ചക്രാധരച്ചക്രവർത്തിയാണ്. രൂപം മാറി ക്രീഡയ്ക്കിറങ്ങിയതാണ്. ഉടനെ കരയിലെത്തേണ്ടിയിരിക്കുന്നു. അല്ലെങ്കിൽ അവിടെക്കിടന്ന് മരിച്ചുപോവും.

അവൾ അവ തന്റെ മനക്കണ്ണിൽ അവന്റെ രൂപലാവണ്യം കണ്ടറിഞ്ഞു. അവൾ അവനിൽ അനുരക്തയായി. അവളവനെ കൂടുതുറന്നു വിട്ടു.

കരയ്ക്കടുത്ത് അവൻ രൂപംമാറുമ്പോൾ അവൾ കെഞ്ചി.

എന്നെ കൂടെ കൊണ്ടുപോകൂ. അങ്ങില്ലാതെ ഒരു നിമിഷം ജീവിക്കാനെനിക്കാവില്ല.

അദ്ദേഹം അവളെ ഒരു മനുഷ്യകന്യകയാക്കി രൂപാന്തരം വരുത്തി. കൊട്ടാരത്തിലേക്കു കൂട്ടിക്കൊണ്ടു പോന്നു. ഭൂലോക സുന്ദരിയായ അവളെക്കണ്ട് മറ്റ് റാണിമാർ അസൂയപ്പെട്ടു.

ജലകന്യക ഗർഭവതിയായി. അതോടൊപ്പം അവൾക്കു രൂപമാറ്റത്തിനുള്ള സമയവും സമാഗതമായി. ചക്രാധരച്ചക്രവർത്തി അവളെ കടൽക്കരയിൽ കൊണ്ടുപോയിവിട്ടു.

മകളെ കാണാതായപ്പോൾ കടലമ്മ തിരക്കി. കടലായ കടലുകളൊക്കെ അരിച്ചു പെറുക്കി. എവിടെയും തന്റെ മകളില്ല.

ഒടുവിൽ കടലമ്മ അതു കണ്ടു. അതാ തന്റെ മകൾ. മനുഷ്യ സ്പർശ

മേറ്റ് മനുഷ്യബീജവും പേറി വരുന്നു.

അവൾ നടന്നടുക്കുന്തോറും കടൽ പിറകോട്ടു നീങ്ങി. കടലമ്മ വിളിച്ചുപറഞ്ഞു: അരുത് അരുത്. നീയെന്നെ തൊടരുത്. നീ പിഴച്ചവളാണ്. നിന്നെ ഞാൻ ശപിക്കുന്നു. നീ മനുഷ്യസ്ത്രീ തന്നെയായിരിക്കും.

താൻ ചെയ്ത തെറ്റിനു മാപ്പപേക്ഷിച്ചുകൊണ്ട് അവൾ കടലിനു പിന്നാലെ ഓടി. പക്ഷേ, അവൾക്കു നൂറടി മുമ്പിൽ സമുദ്രവും പിന്നോട്ടോടി. കടലമ്മ വിളിച്ചു പറഞ്ഞുകൊണ്ടേയിരുന്നു. "നില്ക്കൂ നില്ക്കൂ നീയെന്നെ തൊടരുത്."

ദിവസങ്ങളോളം അവളോടി. കടലമ്മ കനിഞ്ഞില്ല. ആ മനുഷ്യസ്ത്രീയുടെ പാദസ്പർശം ഏറ്റ സ്ഥലത്തിനിപ്പുറം പിന്നെ കടൽ കടന്നു വരികയുണ്ടായിട്ടില്ല.

അവൾ കടലമ്മയെ തപസ്സു ചെയ്തു. കഠിനമായ തപസ്സ്. അവസാനം കടലമ്മ ഒരു വിട്ടുവീഴ്ചയ്ക്കു തയ്യാറായി. അവർ അവൾക്കു ശാപപരിഹാരം നിർദ്ദേശിച്ചുകൊടുത്തു.

നീ പ്രസവിക്കുന്നത് ഒരു ആണും ഒരു പെണ്ണുമായിരിക്കും. അവർ അന്യോന്യം പരാഗണം നടത്തി വംശം വർദ്ധിച്ചുവരും. നിന്റെ പെൺസന്താനങ്ങൾ പരപുരുഷന് ലഹരി പകർന്നു കൊടുക്കുകയും അവരുടെ ശരീരം അവർക്കു കാഴ്ചവയ്ക്കുകയും ചെയ്യും.

ഞാൻ, അവിടവിടെ മരുപ്പച്ചകളെന്ന പേരിൽ ജലം നിർത്തും. നിന്റെ സന്തതികൾക്കത് ധാരാളമാണ്.

പ്രസവത്തിനുശേഷം നീ അരൂപിയായിത്തീരും. ഈ മരുഭൂമിയിൽ നീ അലഞ്ഞുനടക്കും. ഈ മരുഭൂമിയിലേക്ക് പാപജന്യമായ വിചാരങ്ങളോടെ കടന്നുവരുന്നവരെ സംഹരിച്ചു നീ നടക്കും. നൂറ്റാണ്ടുകളുടെ തലമുറകൾക്കുശേഷം അത് അതിന്റെ പാരമ്യത്തിലെത്തുമ്പോൾ, നിന്റെ പെൺമക്കൾ പരപുരുഷന്മാരെ ഏറ്റവും കൂടുതൽ ആനന്ദിപ്പിക്കുന്നതു കണ്ട് തള്ളയായ നീ കണ്ണീരൊഴുക്കി നീറുമ്പോൾ നീ വീണ്ടും ജലകന്യകയാവും. ഞാനെന്റെ പരിവാരങ്ങളോടു കൂടിവന്ന് നിന്നെ കൂട്ടിക്കൊണ്ടുപോരും.

അരൂപിയായ ജലകന്യക മണൽത്തരികളിലൂടെ നടന്നു. അവൾ ദാരിദ്ര്യത്തിന്റെ രൂപത്തിൽ, രോഗത്തിന്റെ രൂപത്തിൽ, യുദ്ധത്തിന്റെ, ഇടിവാളിന്റെ, വരൾച്ചയുടെ രൂപങ്ങളിൽ പ്രത്യക്ഷപ്പെട്ട് മണൽപ്പരപ്പിലെ പാപികളെ കൊന്നൊടുക്കിനടന്നു....

"അങ്ങനെ ഞങ്ങളുടെ ആദിമാതാവിന്റെ മോചനത്തിനുവേണ്ടി നിങ്ങൾക്കു ഞങ്ങൾ ലഹരിതരികയും ഞങ്ങളുടെ മനുഷ്യശരീരം ആവശ്യംപോലെ രസിക്കാൻ നിങ്ങൾക്കു കീഴിൽ വിട്ടുതരികയും ചെയ്യുന്നു."

അയാൾ വികാരം കൊണ്ടു പുളഞ്ഞു. തന്റെ ആദിമാതാവിന്റെ മോച

നത്തിനായി അവൾ അയാളെ ആശ്ലേഷിച്ചടുപ്പിച്ചു. പുറത്തുനിന്നു കടന്നു വന്ന ചുടുകാറ്റ് അവരുടെ അഗ്നിനിശ്വാസങ്ങളെ തമ്മിലടുപ്പിച്ചു.

യൗവനയുക്തമായ മരുപ്പച്ച പതിനഞ്ചു മിനിറ്റിലടങ്ങുന്ന നൂറ്റാണ്ടുകളിൽ ഒരു തുള്ളിമഴ ചോർന്നുവീണ് അന്തരീക്ഷം ശാന്തമാകുന്നതും കാത്ത് വിയർപ്പിൽ കുളിച്ചു കിടന്നു. വർഷങ്ങളുടെ പഴക്കത്തിൽ നഷ്ടപ്പെട്ട യൗവനത്തിന്റെ ജലമയം വിട്ടകന്ന പൊടിയും കാറ്റും വീണുറഞ്ഞു.

പുറത്ത് പാപജന്യമായ മനസ്സുമായി മണൽക്കാട്ടിലേക്കു കടന്നു വരുന്നവരേയും തേടി അരൂപിയായ ജലകന്യക കരഞ്ഞു കരഞ്ഞു നടന്നു...

പതിനാല്

സിപാഹിശർമ്മ മേജർ രത്തൻസിങ്ങിന്റെ മേംസാബുമായി 'പരാഗണം' നടത്തിയ വിവരം റെജിമെന്റിൽ പരസ്യമായ രഹസ്യമായി. പരേഡിൽനിന്ന് വിശ്രമം കിട്ടുമ്പോൾ, 'ലാലാകട'യിൽ നിന്നു മിഠായി വാങ്ങി ത്തിന്നുമ്പോൾ ഒക്കെ അവർ അടക്കം പറഞ്ഞു.

"ശർമ്മ ഭാഗ്യവാനാണ്."

അതിനപ്പുറമുള്ള സംഭവ വികാസങ്ങൾ വളരെക്കുറച്ചു പേരടങ്ങുന്ന രണ്ടു സമൂഹങ്ങളിൽ പരമരഹസ്യമായിത്തന്നെ നിലകൊണ്ടു.

വാറണ്ട് ഓഫീസർ രാജൻ മുറിയിൽ ഏകനായി ഇരിക്കുകയായിരുന്നു. നായ്ബ് സുബേദാർ കിഷൻസിങ് കയറി വന്നതയാൾ അറിഞ്ഞില്ല.

കിഷൻസിങ് ചോദിച്ചു.

"തന്നെയീ സ്വപ്നം കാണാൻ പഠിപ്പിച്ചതാര്?"

രാജൻ ചിരിച്ചു. കിഷൻസിങ്ങിനോട് ഇരിക്കാൻ ആംഗ്യം കാട്ടി.

അയാൾ ചൂരൽക്കസേരയിൽ അമർന്നിരുന്നു. മുഖത്തു നല്ല ഗൗരവം. അയാൾ നന്നായി കുടിച്ചിരിക്കുന്നു. അയാൾ പറഞ്ഞു.

"രാജൻ സാബ്, നിങ്ങളെ തല്ലാൻവേണ്ടി വന്നവനാണ് ഞാൻ. നിങ്ങളുടെ പുഞ്ചിരികണ്ട് ഞാനതിന് കഴിവില്ലാത്തവനായി."

"അതുകൊള്ളാം. എന്നെ തല്ലണമെന്നു വിചാരിക്കാൻ മാത്രം എന്തുണ്ടായി."

കിഷൻസിങ് ഗൗരവത്തിൽ പറഞ്ഞു.

"തന്റെ സ്റ്റേറ്റുമെന്റ് പിൻവലിക്കണം."

രാജന് അതു മനസ്സിലായില്ല. അയാൾ ചോദിച്ചു.

"ഏതു സ്റ്റേറ്റുമെന്റ്?"

"കഴിഞ്ഞ ആഴ്ച താൻ എന്റെ ഭാര്യയെപ്പറ്റി പറഞ്ഞ കാര്യങ്ങൾ."

രാജൻ ഓർത്തു നോക്കി. അയാളുടെ ഭാര്യയെപ്പറ്റി ഒരിക്കലും താൻ സംസാരിക്കുകയുണ്ടായിട്ടില്ല. അയാൾ പറഞ്ഞു.

"സാറെന്തോ തെറ്റിദ്ധരിച്ചിരിക്കുന്നു."

കിഷൻസിങ് പറഞ്ഞു.

"എല്ലാ പെണ്ണുങ്ങളും പിഴകളാണെന്നു താൻ പറഞ്ഞില്ലേ?"

രാജന് കാര്യം മനസ്സിലായി. ജേ സി ഓമാർ ഒന്നിച്ചിരുന്ന് തമാശകൾ പറഞ്ഞു രസിച്ചുകൊണ്ടിരുന്ന ഒരുദിവസം. പരസ്പരം നടന്ന 'വാര' ലുകളിൽ ചിലപ്പോൾ സ്ത്രീകളെക്കുറിച്ചും വിലകുറഞ്ഞ തമാശകളെന്തെങ്കിലും വായിൽനിന്നു വീണു പോയിരിക്കാം. ഒരിക്കലും വ്യക്തിപരമായ പരാമർശം ഉണ്ടായിട്ടേയില്ല. കിഷൻസിങ്ങിനെ അതു മുറിപ്പെടുത്തിയെങ്കിൽ സമാധാനിപ്പിച്ചേ പറ്റൂ. രാജൻ പറഞ്ഞു.

"സാറിന്റെ ഭാര്യയൊഴിച്ചുള്ള പെണ്ണുങ്ങളെപ്പറ്റിയാണ് ഞാൻ പറഞ്ഞത്."

കിഷൻസിങ്ങിനു സന്തോഷമായി. അയാൾ രാജനെ ചാരുകസേരയിൽ ചേർത്തു പുണർന്നു.

"പിന്നെ, താനെന്തേ ഒരു പെണ്ണുകെട്ടുന്നില്ല?"

"ഞാൻ പറഞ്ഞിട്ടില്ലേ, ഒരു വേണ്ടായ്ക"

"ആ വേണ്ടായ്കയ്ക്ക് ഒരു കാരണമില്ലേ?"

"ഇതുവരെയുള്ള എന്റെ അനുഭവങ്ങൾ തന്നെ."

കിഷൻസിങ് വികാര വിജ്റുംഭിതനായി. മുഖത്ത് രക്തം ഇരച്ചുകയറി.

"താൻ എന്തനുഭവിച്ചെന്നാണു പറയുന്നത്, പയ്യൻ?"

അയാൾ പോക്കറ്റിൽനിന്ന് ഒരു കത്ത് വലിച്ചെടുത്തു. അത് രാജനു നേരെ കാണിച്ചു.

"ഇതൊന്നു നോക്കൂ. ഇതിന്റെ സംബോധന ഒന്നു നോക്കൂ."

രാജൻ നോക്കി വായിച്ചു.

"എന്റെ കരളിന്റെ കരളിന്"

കിഷൻസിങ് അതുകേട്ടു പുഞ്ചിരിച്ചു. ഒരു കുഞ്ഞിനെപ്പോലെ.

ദേഷ്യവും വികാരവും ക്ഷണംകൊണ്ടു കെട്ടടങ്ങി. അയാൾ സൗമ്യനായി. അയാൾ പറഞ്ഞു.

"രാജൻ, എന്റെ ഭാര്യ ഊമയാണ്."

രാജൻ ചോദിച്ചു, "നേരോ?"

"അതെ രാജൻ. ആ കഥകേട്ടാൽ സ്ത്രീകളെപ്പറ്റിയുള്ള എല്ലാ അഭിപ്രായങ്ങളും താൻ മാറ്റും."

.....ആനുവൽ ലീവിൽ വീട്ടിൽ വന്നതാണ്. രാവിലെ എണീറ്റപ്പോൾ കൊല്ലുന്ന പല്ലുവേദന. ഡന്റിസ്റ്റിന്റെ ചില്ലുമുറിയിൽ തപസ്സിരുന്നു. ഡന്റിസ്റ്റ് പുറത്തേക്കു വരുന്നതേയില്ല. മുറിക്കകത്ത് അങ്ങോട്ടും ഇങ്ങോട്ടും നടക്കുന്നു.

ഡോക്ടറുടെ സുന്ദരമായ പൂന്തോട്ടം കണ്ടു. അല്പനേരം നോക്കിനിന്നു. അതിന്റെ നടുവിൽ മുള്ളുള്ള റോസാച്ചെടിയുടെ ചാരെ മാറത്തട

ക്കിപ്പിടിച്ച കുഞ്ഞുമായി ഒരു പതിനെട്ടുകാരി നിന്ന് വിങ്ങിവിങ്ങിക്കരയുന്നു. ശരിക്കു നോക്കിയപ്പോഴാണ് മനസ്സിലായത്. താൻ പല പ്രാവശ്യം കണ്ടിട്ടുള്ളതാണ് ആ കുട്ടിയെ. ഡോക്ടറുടെ മകൾ. അവളങ്ങനെ കരയുന്നതെന്തിണാവോ.

പുറകിൽ ഒരു നീണ്ട നിശ്വാസത്തിന്റെ ശബ്ദം. പുറകോട്ടു തിരിഞ്ഞു. ഡോക്ടറും അതുനോക്കി തനിക്കു പുറകിൽ നില്ക്കുന്നുണ്ടായിരുന്നു. ഡോക്ടർ കണ്ണുതുടയ്ക്കുന്നതയാൾ കണ്ടു.

ഡോക്ടർക്കു പണ്ടത്തെ പ്രതാപമില്ല. മുഖം കറുത്തുപോയിരിക്കുന്നു.

“എന്താ” ഡോക്ടർ ചോദിച്ചു.

“പല്ലുവേദന”

“വരൂ”

ഡോക്ടർ മുമ്പേ നടന്നു. പുറകേ അയാളും.

ഡോക്ടർ അയാളെ ഡെന്റിസ്റ്റിന്റെ കസേരയിലിരുത്തി.

“ഡോക്ടറെന്തിനാ കരഞ്ഞത്” അപ്പോൾ അങ്ങനെ ചോദിക്കാനാണ് അയാൾക്കു തോന്നിയത്.

ഡോക്ടർ പറഞ്ഞു. “വേദന”

അയാൾ ഡോക്ടറുടെ മുഖത്തുതന്നെ തറച്ചുനോക്കിയിരുന്നു. ഡോക്ടർ പറഞ്ഞു.

“അതെന്റെ മകളാണ്.”

“.....................................!”

“വാ തുറക്കൂ”

വായ് തുറന്നു.

“പല്ലെടുക്കണം”

മരവിപ്പിക്കാനുള്ള ഇഞ്ചെക്ഷനെടുത്തു. കുറച്ചുനേരം കഴിഞ്ഞേ പല്ലെടുക്കാനാവൂ.

കരയുന്ന സുന്ദരി കണ്ണിൽ നിറഞ്ഞു നിന്നു. നാവിൽ ചോദ്യം കയറി വന്നു.

“ആ കുട്ടി എന്തിനാണു കരഞ്ഞത്?”

“അത്.... അത്” ഡോക്ടർ മുഖം തിരിച്ചു. രോഗിക്കിരിക്കാനുള്ള കസേരയിൽ മുറുകെപ്പിടിച്ചു കൊണ്ടയാൾ നിന്നു. അയാളുടെ കണ്ണുകൾ നനഞ്ഞിരുന്നു.

“എന്തായിതു ഡോക്ടർ.”

ഡോക്ടർ താഴേക്കു നോക്കിയതേയില്ല. അയാൾ പറഞ്ഞു: “അവൾ ഊമയാണ്. ഗവൺമെന്റ് ആശുപത്രിയിലെ ഡോക്ടർ ഇവിടെ വരാറുണ്ടായിരുന്നു. അയാൾ നീണ്ട അവധിക്കുപോയ അവസരം. എന്റെ മകൾ പറഞ്ഞു അവൾ ഗർഭിണിയാണെന്ന്. ഞാനവളെ കൊന്നില്ല. പിന്നെ ആ ഡോക്ടർ വന്നത് വിവാഹം കഴിച്ച് ഭാര്യയുമായാണ്. ഞാനും ഡോക്ടറാണ്. പ്രതികാരം ഡോക്ടർക്കു ചേർന്നതല്ല. ഒഴിയുംവരെ ഒഴുകിയി

റങ്ങട്ടെ."

പുഴുതിന്നു ദ്രവിച്ച അണപ്പല്ല് ചവണയിലിരുന്ന് ഞെളിപിരികൊണ്ടു. അയാൾ ചോര ബേസിനിൽ തുപ്പി. മുറിവിൽ കയറിപ്പറ്റാനെത്തിയ വിഷാണുക്കളെ ഒഴുകിയിറങ്ങിയ ചോരയിലെ ശ്വേതാണുക്കൾ വകവരുത്തി.

പിറ്റേന്നു മോണ കാണിക്കാനയാൾ ചെന്നു. ഡോക്ടർ പറഞ്ഞു, "കുഴപ്പമൊന്നുമില്ല."

എന്നിട്ടും അയാൾ പോയില്ല.

"ഡോക്ടർ" അയാൾ വിളിച്ചു.

ഡോക്ടർ ചോദ്യരൂപത്തിൽ അയാളെ നോക്കി.

"അങ്ങയുടെ മകളെ ഞാൻ വിവാഹം കഴിച്ചോട്ടെ."

"അവളൊരു ഊമയാണു കുട്ടീ."

"സാരമില്ല."

"അവൾക്ക് തന്തയില്ലാത്ത ഒരു കുഞ്ഞുണ്ട്."

"അതെന്റെ കുഞ്ഞാണ്."

ഡോക്ടർ ഒന്നും പറയാനാവാതെ നിന്നു.

"എന്നെപ്പറ്റി അറിയേണ്ടേ?"

"പറയൂ"

"ഞാൻ പട്ടാളത്തിലെ വെറും ഒരു ജവാനാണ്."

"സാരമില്ല"

"എനിക്കു സ്വത്തും സമ്പാദ്യവുമില്ല."

"അതെനിക്കുണ്ടു കുട്ടീ"

അവൾ അവനു ചായ പകർന്നുകൊടുത്തു. ഊണുവച്ചു വിളമ്പി. ഇംഗ്ലീഷിൽ അവന്റെ തലയിണയിൽ തയ്ച്ചുവച്ചു:

എന്റെ കരളിന്റെ കരളിന്.

അയാൾ അവൾക്കു മൂന്നു കുട്ടികളെ സമ്മാനിച്ചു. നാലുപേരിൽ മൂത്തവളുടെ വിവാഹം കഴിഞ്ഞു. ബാക്കി മൂന്നുപേരും കോളേജിലാണ് പഠിക്കുന്നത്.

അവൾ ഇപ്പോഴും മൂകമായ ഭാഷയിൽ, ആത്മാവിന്റെ ഉദീരണം പോലെ അയാൾക്കെഴുതുന്നു.

"എന്റെ കരളിന്റെ കരളിന്"

അവളുടെ ഓരോ കത്തിലും അയാൾ അത്തർ പുരട്ടുന്നു. പിന്നെ തൂവാലയിൽ പൊതിഞ്ഞ് യൂണിഫാറത്തിന്റെ ഇടത്തേ പോക്കറ്റിൽ മാത്രം സൂക്ഷിക്കുന്നു. ഹൃദയത്തിന് ഏറ്റവും അടുത്തിരിക്കാൻ....

'തന്നെപ്പോലെ ഒരു പൊട്ടിയെക്കിട്ടേണ്ടേ' എന്നു ചോദിക്കാനാണ് രാജൻ മുതിർന്നത്.

ചോദിച്ചില്ല.

കാരണം, ആത്മാവിന്റെ ദാഹം ശമിച്ച മനുഷ്യന്റെ സംതൃപ്തി. അതു നേടിയവൻ ഭാഗ്യവാനാകുന്നു. എന്തുകൊണ്ടെന്നാൽ ഭൂമിയിലെ സ്വർഗ്ഗം അവനു മാത്രമുള്ളതാകുന്നു.

പതിനഞ്ച്

തികച്ചും അപ്രതീക്ഷിതമായ രംഗം. കമാണ്ടർ ഒരിക്കലും നിരൂപിച്ചിട്ടില്ലാത്ത കാര്യം.

സുബേദാർ മേജർ പറഞ്ഞു.

"സാബ്, ലഫ്റ്റനെന്റ് രാംഗോപാൽ സാബ് പിടിക്കപ്പെട്ടിരിക്കുന്നു."

"വോട്ട്?"

ഉത്തരം ഹാജരാക്കപ്പെട്ടു. സിവിൽ വേഷമണിഞ്ഞ പട്ടാള ഓഫീസർ. ഇരുവശത്തും മിലിട്ടറി പൊലീസുകാർ.

പൊലീസുകാർ അറ്റൻഷനായി നിന്ന് കേണലിനെ സല്യൂട്ടു ചെയ്തു. അവരിൽ സീനിയറായ പൊലീസുകാരൻ രാംഗോപാലിനെ നോക്കി പറഞ്ഞു.

"പലപ്പോൾ കക്കുമ്പോൾ ഒരിക്കൽ പിടിക്കപ്പെടും സാബ്. ഇതു സാധാരണ നിയതിയാണ്. കഴിഞ്ഞൊരു ദിവസം നിങ്ങൾ ഞങ്ങളുടെ പിടിയിൽനിന്ന് ഓടി രക്ഷപ്പെട്ടു. അതിനുള്ള ശിക്ഷ അനുഭവിക്കുന്നതോ ഈ നില്ക്കുന്ന സൈനികർ. എത്ര ദിവസമായി അവർ ഒരു പോള കണ്ണടച്ചിട്ട്. ഓരോ മണിക്കൂർ കഴിയുമ്പോഴും നൈറ്റ് റോൾക്കോൾ, അതിന്റെ യഥാർത്ഥ കുറ്റവാളിയോ? - നിങ്ങളും."

കേണൽ മാത്രമല്ല, ആരുംതന്നെ ഇങ്ങനെയൊന്ന് പ്രതീക്ഷിച്ചിരുന്നില്ല.

രണ്ടു മൂന്നു ദിവസംമുമ്പ്. രാത്രി ഏതാണ്ട് ഇതേ സമയം.

നീണ്ട വിസിൽ. റെജിമെന്റ് ആകെ ഇളക്കി മറിക്കുന്നു. വിസിലിനു പുറമെ ഓരോ ബാരക്കിനു മുമ്പിൽനിന്നും അലർച്ച.

"ഫാളിൻ"

നട്ടപ്പാതിരയ്ക്ക്.

നൈറ്റ് റോൾക്കോൾ.

റെജിമെന്റിൽനിന്ന് ആരോ ഒരാൾ ചാടിപ്പോയിരിക്കുന്നു. അയാളെ കണ്ടുപിടിക്കണം. കമാണ്ടർ സാബ് വന്നിരിക്കുന്നു. കൂടെ മിലിറ്ററി പൊലീസുമുണ്ട്.

ആദിവാസികളുടെ ചാളകൾ ഇടതിങ്ങിനില്ക്കുന്ന പ്രദേശം മിലിറ്ററിക്കാർക്കു നിഷിദ്ധമാണ്. ഔട്ട് ഓഫ് ബൗണ്ട്സ്. പട്ടാളക്കാർ അവിടെ പോകുന്നത് ദുരുദ്ദേശ്യത്തോടെ ആയിരിക്കുമെന്ന് സർക്കാർ വിശ്വസിക്കുന്നു. അതുകൊണ്ട് അവിടേക്ക് പട്ടാളക്കാരുടെ പ്രവേശനം നിരോധിച്ചിരിക്കുന്നു. അതു കർശന പരിശോധനയ്ക്കു വിധേയമാക്കാൻ മിലിറ്ററി പൊലീസുകാർ കറങ്ങിയടിക്കുന്നു.

രണ്ടു മിലിറ്ററി പൊലീസുകാർ റോന്തു ചുറ്റുകയായിരുന്നു. ആദിവാസികളുടെ ചാളകളിൽ ഒന്നിൽനിന്ന് ഒരു പുരുഷരൂപം ഇറങ്ങി. ഇരുട്ടാണെങ്കിലും ഏതാണ്ടൊരു രൂപമൊക്കെ കിട്ടത്തക്കവിധം നാട്ടുവെട്ടമുണ്ട്. നടത്തവും രൂപവും പട്ടാളക്കാരന്റേതുതന്നെ. പരിശോധിച്ചുകളയാം.

"ഏയ് മിസ്റ്റർ, അവിടെ നില്ക്കണം"

നടക്കുന്നയാൾ തിരിഞ്ഞുനോക്കി. അയാൾക്കു മനസ്സിലായി. മിലിട്ടറി പൊലീസുകാർ. അയാൾ നിന്നില്ല. ഓടി. പുറകേ പൊലീസുകാരും.

റെജിമെന്റിന്റെ അതർത്തിയിലെത്തിയപ്പോൾ ചിരപരിചിതനെപ്പോലെ പെട്ടെന്നയാൾ കമ്പിവേലിപ്പഴുതിലൂടെ നുഴഞ്ഞു കയറി. പിന്നെ എങ്ങോട്ടാണ് അയാൾ പോയതെന്ന് കണ്ടുപിടിക്കാൻ മിലിട്ടറി പൊലീസിനു കഴിഞ്ഞില്ല.

അവർ വിഷണ്ണരായി. അവർ കമാണ്ടിങ് ഓഫീസറെ വിവരം അറിയിച്ചു.

കേണൽ വന്നു. മെസ്സിൽ ഒറ്റയ്ക്കു താമസിക്കുന്ന ഓഫീസർമാരും സുബേദാർ മേജറും വന്നു. കൂടെ കമാണ്ടറുടെ ഉത്തരവും:

മുഴുവൻ റെജിമെന്റും ഫാളിനാകട്ടെ.

നീണ്ട വിസിലുകൾ.

കൂടെ ഉച്ചത്തിലുള്ള അലർച്ചകൾ.

"ഫാളിൻ"

റെജിമെന്റ് മുഴുവൻ ഫാളിനായി. അതാതു കമ്പനികളിലെ ജവാന്മാരുടെ കണക്കെടുത്തു. ഒരൊറ്റ ആൾ പോലും കുറവില്ല. അതിന്റെ അർത്ഥം പൊലീസിനെ വെട്ടിച്ച് ഓടിവന്ന ആൾ കൂട്ടത്തിൽ നില്ക്കുന്നുണ്ട്.

ഐഡന്റിഫിക്കേഷൻ പരേഡ് ആകട്ടെ. ആരെന്നു കണ്ടുപിടിച്ചോളൂ.

മിലിട്ടറി പൊലീസുകാർ ഓരോ റാങ്കും ഫയലും ചെക്കു ചെയ്തു. നിരാശരായി മടങ്ങവേ, പെട്ടെന്ന് രണ്ടുപേരും സ്തംഭിച്ചുനിന്നു. തങ്ങൾ കണ്ട രൂപം. ഇതാ ഓഫീസർമാർക്കൊപ്പം നില്ക്കുന്നു. ലഫ്റ്റനെന്റ് രാംഗോപാൽ. അയാൾ ഓഫീസറാണ്. പറയുന്നതു സൂക്ഷിച്ചുവേണം. 'നിങ്ങൾ .... നിങ്ങളല്ലേ ഇപ്പോൾ ഞങ്ങളെ വെട്ടിച്ച് ഓടിയത്' എന്നു പറയാൻ പാടില്ല!

ഒരാൾ ഭവ്യതയോടെ ചോദിച്ചു.

"സാബ്, ആപ് കഹിം ബാഹർ ഗയേ ഥേ ക്യാ?"

-സാർ അങ്ങ് പുറത്തെവിടെയെങ്കിലും പോയിരുന്നോ?

"നഹിം തോ"

-ഇല്ലല്ലോ.

അയാളുടെ ശബ്ദത്തിലും കിതപ്പ് പ്രകടമായിരുന്നു. പക്ഷേ, അയാൾ ഓഫീസറാണ്. മിലിട്ടറി ഓഫീസർ നുണ പറയുകയില്ലെന്ന് വിശ്വസിക്കപ്പെടുന്നു. അതുകൊണ്ട് കൂടുതൽ ചോദ്യമില്ല.

തുടർന്ന് കമാണ്ടറുടെ പ്രഭാഷണം. ജവാന്മാരോട്.

"നിങ്ങളിൽ ആരോ ഒരാൾ ആദിവാസിച്ചാളയിൽ വ്യഭിചരിക്കാൻ പോയിരുന്നു. അയാൾ ഇന്നു രക്ഷപ്പെട്ടു. പക്ഷേ, റെജിമെന്റ് രക്ഷപ്പെട്ടിട്ടില്ല. മിലിട്ടറി പൊലീസ് റിപ്പോർട്ടു ചെയ്തിരിക്കുന്നു. ഇതിൽപ്പരം ഒരു ചീത്തപ്പേര് ഉണ്ടാകാനില്ല. ഇനി മുതൽ നിങ്ങൾ ചാടിപ്പോകുന്നത് ഞാനൊന്നു കാണട്ടെ. നാളെ മുതൽ രാത്രി പത്തുമണിക്കുശേഷം ഓരോ മണിക്കൂർ ഇടവിട്ട് പത്തുമിനിറ്റു വീതം നീണ്ടുനില്ക്കുന്ന റോൾക്കോൾ.

രണ്ടു ദിവസമായി റെജിമെന്റിലെ ജവാന്മാർ ഒരു പോള കണ്ണടച്ചിട്ട്. കിടന്ന് മയക്കം പിടിക്കുമ്പോഴേക്കും വിസിൽ മുഴക്കം കേൾക്കും. പിടഞ്ഞെണീറ്റു പുറത്തേക്കോടി വരിയിൽ നില്ക്കും. പത്തുമിനിറ്റ് എണ്ണമെടുക്കൽ. റിപ്പോർട്ടിങ്, പിന്നെ ഓഫീസറുടെ ഒരു പ്രസംഗം.

ഇപ്പോഴിതാ, ഇന്നലത്തെ ഡ്യൂട്ടി ഓഫീസറായിരുന്ന, നെടുനെടുങ്കൻ പ്രസംഗം നടത്തിയ ലഫ്റ്റനെന്റ് രാംഗോപാൽ പ്രതിയായി മുഴുവൻ റെജിമെന്റിന്റേയും മുമ്പിൽ നില്ക്കുന്നു.

ഇതെങ്ങനെ സംഭവിച്ചു. കേണലിന്റെ ആകാംക്ഷ അടങ്ങിയില്ല.

മിലിട്ടറി പൊലീസുകാർ വൈരാഗ്യബുദ്ധിയുള്ളവരാണത്രേ! ഒരിക്കൽ കബളിപ്പിക്കപ്പെട്ടാൽ അത് 'കൊരട്ടത്ത്' വച്ചുകൊണ്ടു നടക്കും. അവസരവും കാത്ത്.

ഇന്ന് ആ അവസരം വന്നു.

രണ്ടുപേരും പതിവുപോലെ രക്കി നടത്തി നീങ്ങുകയായിരുന്നു. ആദിവാസിച്ചാളകളൊന്നിൽ ബഹളം.

ഒരു സ്ത്രീ ശബ്ദം.

"തൊടരുത്. ബാബുജി, ഇന്ന് ആഷാഢമാസത്തിലെ അമാവാസിയാണ്. ശാപത്തിന്റെ ദിവസം. ഞാൻ കുലം മുടിക്കുന്നവളാവും."

തുടർന്നൊരു പുരുഷ ശബ്ദം. പറയുന്നതെന്തെന്നു വ്യക്തമല്ല. വീട്ടിലെ മറ്റാളുകളുണർന്നു. എല്ലാവരും 'ബാബുജി'യെ ശകാരിക്കുന്നു.

ബാബുജി പുറത്തു കടന്നു. പൊലീസുകാർ അതു കാത്തുനില്ക്കുകയായിരുന്നു. ബാബുജി പിടിക്കപ്പെട്ടു. തികച്ചും അപ്രതീക്ഷിതമായി.

അയാൾ അവധിയും പൊറുതിയും പറഞ്ഞുനോക്കി. മിലിട്ടറിപ്പൊലീസുകാർ സമ്മതിച്ചില്ല. കുറ്റം ചെയ്തവൻ ശിക്ഷിക്കപ്പെടണം. പ്രത്യേകിച്ച് നിങ്ങൾ ഒരാൾ ചെയ്ത തെറ്റിന്റെ ശിക്ഷ ഒരു സമൂഹം മുഴുവൻ അനുഭ

വിച്ചുകൊണ്ടിരിക്കുമ്പോൾ. അവർ മനസ്സാ നിരൂപിക്കുക പോലും ചെയ്യാത്ത കാര്യത്തിനു ശിക്ഷിക്കപ്പെടുമ്പോൾ കുറ്റവാളി മാന്യനായി തുടരുന്നു. രാത്രിഞ്ചരനായിത്തന്നെ. അതു പാടില്ല.

ലഫ്റ്റനന്റ് രാംഗോപാലിന്റെ രണ്ടു കൈക്കും ഓരോരുത്തരായി പിടിച്ചുകൊണ്ട് അവർ റെജിമെന്റിലെത്തുമ്പോൾ അവിടെ അന്നു രാത്രിയിലെ മൂന്നാമത്തെ റോൾകോൾ നടക്കുകയായിരുന്നു. സ്പെഷൽ ചെക്കിങ്ങിനെന്നോണം കമാണ്ടർ സാബും വന്നിട്ടുണ്ടായിരുന്നു; സുബേദാർ മേജറുടെ അകമ്പടിയോടെ.

റോൾകോൾ പെട്ടെന്നു പിരിച്ചു വിട്ടു.

ഉറക്കം തളം കെട്ടിനില്ക്കുന്ന കൺപോളകളിൽ ആശ്വാസത്തിന്റെ നിശ്വാസവുമായി ജവാന്മാർ പിരിഞ്ഞുപോയപ്പോൾ ഏതോ ഊരാക്കുടുക്കിലകപ്പെട്ടമാതിരി കേണൽ നിന്നു കുഴങ്ങി.

“ഇതു ഞാൻ ഒട്ടും പ്രതീക്ഷിച്ചില്ല മിസ്റ്റർ രാംഗോപാൽ,” കേണൽ പറഞ്ഞു.

രാംഗോപാൽ ഉത്തരം പറഞ്ഞില്ല.

“ഇതിനു നിങ്ങൾക്ക് എന്തു ശിക്ഷ തന്നാൽ മതിയാകും?” കേണൽ ചോദിച്ചു.

ഉത്തരമില്ല.

കേണൽ സുബേദാർ മേജർക്കു നേരെ നോക്കി. സുബേദാർ മേജർ മറ്റേതോ ലോകത്തിലായിരുന്നു.

ആഷാഢമാസത്തിലെ അമാവാസി ദിവസം. അന്നും, ആദിവാസിച്ചാളകളിൽനിന്നു തുടങ്ങി മണൽത്തരികളിൽ അരിച്ചരിച്ചു നടക്കുന്ന ശബ്ദമയാൾ വ്യക്തമായി കേൾക്കുകയായിരുന്നു.

പാപജന്യമായ മനസ്സുമായി മണൽക്കാട്ടിൽ കടന്നുവരുന്നവരെയും തേടി അലയുന്ന അരൂപിയായ ജലകന്യകയുടെ കരച്ചിൽ....

അത് അടുത്തടുത്തു വരികയായിരുന്നു.

പതിനാറ്

ഓരോ പുതിയ കാര്യങ്ങൾക്ക് ജവാന്മാർ ഒന്നടങ്കം ശിക്ഷിക്കപ്പെട്ടു കൊണ്ടിരിക്കുന്നു.

ഇതിന് ഒരു അവസാനമില്ലേ?

ഒരുപക്ഷേ, ഈ മരുഭൂമിയിലെ ആദിവാസികളെപ്പോലെ പണ്ടെങ്ങോ ശാപം കിട്ടിയ സ്ത്രീയുടെ പരമ്പരയിൽപ്പെട്ടവരാണോ ഈ പട്ടാളക്കാർ. ഒരിക്കലും മോചനമില്ലാത്തവർ.

ഇന്നലെ ആഷാഢമാസത്തിലെ അമാവാസിയായിരുന്നു. റേഡിയോ തുറന്നപ്പോൾ വാർത്തകേട്ടു. കടലമ്മ കലികൊണ്ട് അലറുന്നു. ദേശദേ ശാന്തരങ്ങളിൽ മേഘങ്ങളെ പിടിച്ചുലച്ച് പേമഴ പെയ്യിക്കുന്നു.

.... തന്റെ ശാപഗ്രസ്തയായ മകളെ തിരികെ കൊണ്ടുവരാനുള്ള ഒരുക്കങ്ങളുടെ ഭാഗമായി പ്രളയം പടയ്ക്കാനാവും...

അതിൽനിന്നെല്ലാം തല്ക്കാലം ഈ മരുഭൂമിയെ ഒഴിച്ചുനിർത്തുന്നു. ഇവിടം ശാപഗ്രസ്തമാണ്. നൂറ്റാണ്ടുകൾക്കുമുമ്പ് ആഷാഢ മാസത്തിലെ അമാവാസി ദിവസമാണ് ജലകന്യക ശപിക്കപ്പെട്ടത്. ആ ദിവസം മോചനത്തിന്റേതല്ല; ശാപത്തിന്റേതാണ് എന്ന് മണൽക്കാട്ടിലെ ആദിവാസികൾ വിശ്വസിക്കുന്നു.

അന്നു പുരുഷനെ സ്പർശിക്കുന്ന സ്ത്രീ കുലത്തിനാകെത്തന്നെ നാശമുണ്ടാക്കി വയ്ക്കും. അതുകൊണ്ട് അന്നു നൊയമ്പു നോല്ക്കുന്നു. ഏകാദശി. ആണുങ്ങൾ അടക്കം പാലിക്കുന്നു. പെണ്ണുങ്ങൾ അടങ്ങി ഒതുങ്ങിക്കഴിയുന്നു.

റെജിമെന്റിനെ സംബന്ധിച്ചിടത്തോളം അതു തെറ്റായിരുന്നു. ഇന്നലെ ഒരു നല്ല ദിവസമായിരുന്നു. ആഷാഢമാസത്തിലെ അമാവാസി ദിവസമായിരുന്നതുകൊണ്ടാണല്ലോ ലെഫ്റ്റനെന്റ് രാംഗോപാൽ പിടിക്ക

പ്പെട്ടത്. അതുകൊണ്ടാണല്ലോ റെജിമെന്റ് നൈറ്റ് റോൾക്കോളുകളിൽ നിന്നു രക്ഷപ്പെട്ടത്.

"മരുഭൂമിയുടെ സന്തതികളെപ്പോലെ നമ്മളും ശാപഗ്രസ്തരാണോ?" കിഷൻ സിങ്ങാണതു ചോദിച്ചത്.

"നമുക്കു ശാപത്തിൽനിന്നു മോചനമില്ലെങ്കിൽ അതിനുത്തരവാദികൾ നമ്മൾ തന്നെയാണ്." കേവൻ കിഷൻ പറഞ്ഞു.

"അതെന്താണു സാബ്" കിഷൻസിങ് ചോദിച്ചു.

"സാബ് ഒട്ടകപ്പക്ഷിയെപ്പറ്റി കേട്ടിട്ടുണ്ടല്ലോ. മണൽക്കാട്ടിൽ ഒട്ടകങ്ങൾ മാത്രമല്ല ഒട്ടകപ്പക്ഷികളുമുണ്ട്. അവയ്ക്ക് ഒരു സ്വഭാവമുണ്ട് ശത്രു ആക്രമിക്കാൻ വരുമ്പോൾ തല മണലിൽ പൂഴ്ത്തി നിന്നു കളയും."

"അതെന്തിനാണ്"

"തന്റെ കണ്ണ് അടഞ്ഞിരിക്കുന്നതുകൊണ്ട് ശത്രു തന്നെയും കാണുകയില്ല എന്നാണ് അതിന്റെ വിശ്വാസം."

"നല്ല കഥ. അതുമായി നമുക്കുള്ള ബന്ധം?"

"രാജൻ സാബു പറയും"

"ഞാൻ പറഞ്ഞാൽ രസിക്കില്ല"

"സാരമില്ല. ഈയിടെ നാം കേൾക്കുന്നതൊക്കെ രസമുള്ള കാര്യങ്ങളല്ലല്ലോ. കൂടെ ഒന്നു കൂടെ ആവട്ടെ."

നമ്മളൊക്കെ ലീവിൽ പോകുന്നതിനെപ്പറ്റി മാത്രം ഒന്ന് ആലോചിച്ചാൽ മതി. നാട്ടിൽ എല്ലാവരോടും പറയും. ഞാൻ പട്ടാളത്തിൽ സാറാ. ശത്രുവിന് ഞാൻ നെഞ്ചു കാണിച്ചു കൊടുക്കുന്നതുകൊണ്ടാണ് നിങ്ങളൊക്കെ ഇങ്ങനെ കഴിയുന്നത്. എന്നിട്ട് വാചകമെന്ന കസർത്തിൽ തല പൂഴ്ത്തി വയ്ക്കുന്നില്ലേ നമ്മൾ. അത് എന്തിനെന്ന് നമ്മിലാരെങ്കിലും ഒരിക്കലെങ്കിലും ആലോചിച്ചിട്ടുണ്ടോ...

.... ഒരുപക്ഷേ, ജവാൻ ജേ സി ഓവിന്റെയും ഓഫീസറുടെയും ബൂട്ടു തുടയ്ക്കുന്നതു കാണാതിരിക്കാൻ, ഓഫീസറുടെ വീട്ടിൽ വിറകു കീറുന്നതും തുണിയലക്കുന്നതും കാണാതിരിക്കാൻ. ഇതെല്ലാം ചെയ്തിട്ടും ബഡാപിട്ടു നിറയെ മണലുമായി പണിഷ്മെന്റ് പരേഡ് ചെയ്യുന്നതു കാണാതിരിക്കാൻ.

..... പിന്നെ മേലാളർ വിളിച്ചു കൂവുന്ന പുളിച്ചതെറികൾ കേൾക്കാതിരിക്കാൻ.

..... തനിക്ക് പട്ടാളത്തിൽ ഇല്ലാത്ത പലതിൽ പ്രധാനമായത് ആത്മാഭിമാനമാണെന്ന് മറ്റുള്ളവർ അറിയാതിരിക്കാൻ.

"ഞാൻ പറഞ്ഞതു സത്യമല്ലേ?"

"സത്യമാണെന്നു മാത്രമല്ല മുഴുവൻ മനസ്സിലാവുകയും ചെയ്തു. നമ്മുടെ ആത്മാഭിമാനത്തിന്മേൽ കൈവയ്ക്കുന്നവർക്കു മുമ്പിലും നാം തല മണലിൽ പൂഴ്ത്തി നില്ക്കുന്നു."

കേവൽ കിഷന് അത് തുടരാൻ കഴിഞ്ഞില്ല. ഒരു ജവാൻ വന്ന്

സല്യൂട്ടു ചെയ്തുനിന്നു. അയാൾ, അന്നത്തെ പാർട്ട് വൺ ഓർഡറിന്റെ കോപ്പിയുമായി വന്നതാണ്.

സംഭാഷണം അതോടെ നിലച്ചു.

ജവാൻ തിരിച്ചു പോയി.

നായിബ് സുബേദാർ കിഷൻസിങ് പാർട്ട് വൺ ഓർഡർ ഉറക്കെ വായിച്ചു.

റൈഫിൾ ഫയറിങ്ങിന്റെയും ഗ്രെനേഡ് ഫയറിങ്ങിന്റെയും തിയതികൾ പരസ്പരം മാറ്റിയിരിക്കുന്നു.

ആദ്യം ഗ്രെനേഡ് ഫയറിങ് നടക്കും. പിന്നെയാണ് റൈഫിൾ ഫയറിങ്.

അന്ന് ജേ സി ഓ മെസ്സിന്റെ ബാറിൽനിന്ന് ഇറങ്ങുമ്പോൾ ജലകന്യക കരഞ്ഞുകൊണ്ട് മണൽപ്പരപ്പിലൂടെ നടക്കുന്നത് സുബേദാർ മേജർ കണ്ടു. ശരീരത്തിന്റെ മിനുത്ത ഭാഗങ്ങൾ ദൃശ്യമാക്കുന്ന നേർമ്മയുള്ള തൂവെള്ള ഉടുപ്പിട്ടിരിക്കുന്നു. അഴിച്ചിട്ട തലമുടി കാറ്റിൽ പറന്നുലയുന്നു. തികച്ചും പരിചയമുള്ള ആകാരം. പക്ഷേ, മുഖം തിരിച്ചറിയാൻ കഴിയുന്നില്ല. തൃപ്താരത്തനാണോ? അതോ ദിവസങ്ങൾക്കുമുമ്പ് ആദിവാസിച്ചാളയിൽവച്ച് തനിക്കടിയിലമർന്ന പെണ്ണോ?

അവൾ അടുത്തുവന്നപ്പോൾ അരൂപിയായി. മണലിലമരുന്ന പാദവിന്യാസങ്ങളും കരച്ചിലും മാത്രം അയാൾ കേട്ടു.

അത് അകന്നകന്ന് ആദിവാസിച്ചാളകളിൽ പരക്കുന്നതും അയാൾ കേട്ടു.

പതിനേഴ്

പുലർകാലത്തിന്റെ സുഖമുള്ള തണുപ്പ്. ഉടുത്ത മുണ്ടഴിച്ച് രാജൻ പുതച്ചു കിടന്നു. കൂടാരമടച്ച്, വരയ്ക്കാനാളില്ലാതെ സ്വയം ഭൂപടങ്ങൾ വരഞ്ഞിറങ്ങുന്ന ജൈവവാഹിയായ മഷിയിൽ,

ഓമനക്കൗതുകം നിറഞ്ഞു നിന്നു.

ചുവന്ന ബ്ലൗസിട്ട് ചുവപ്പുകരയുള്ള സെറ്റുടുത്ത് തലമുടി പരത്തിയിട്ട് കൊച്ചുത്തമ്പുരാട്ടി മാളികപ്പുറത്തെ അരത്തിണ്ണയിൽ അലക്കുകാരന്റെ മകനെ കണ്ണിലാക്കിയിരുന്നു. കസവു കരയുള്ള മുണ്ടുടുത്ത് അവൻ വാടക സൈക്കിളിൽ കവലയും കഴിഞ്ഞു മറഞ്ഞു. അതിനും പടിഞ്ഞാറ് ഹെയർ പിന്നുകൊണ്ട് സാരി തലയിലുടക്കിവച്ച് ടൈപ്പടിക്കാൻ പോകുന്ന സുന്ദരി നാണംകൊണ്ട് വഴിമാറി നടന്നു.

ആകാശത്തിന്റെ കോണിൽ കാർമേഘം ദുർമ്മുഖം സൃഷ്ടിച്ചു. തോരാതെ പെയ്യുന്ന മഴ. ആഞ്ഞടിക്കുന്ന കാറ്റും പിശറും. അതേറിയേറി കൊടുങ്കാറ്റായി. മാമ്പ്രപ്പുഴയുടെ കരയിൽ കരിക്കട്ടക്കുന്നിന്റെ താഴ്‌വരയിൽ ഇളകുന്ന വൈക്കോൽ കുടിലിൽ മങ്ങിക്കത്തുന്ന മണ്ണെണ്ണ വിളക്കിന്റെ ഉലയുന്ന വെളിച്ചത്തിൽ ചുവന്ന മുണ്ടും മഞ്ഞച്ച മേനിയുമുള്ള സുന്ദരി, പായ കെട്ടിയ വഞ്ചിയിൽ ചന്തയ്ക്കുപോയ അവളുടെ വാപ്പയ്ക്കുവേണ്ടി പ്രാർത്ഥിച്ചു: “അള്ളാ ന്റുപ്പാനെ കാത്തോളിൻ...”

“ഗുഡ് മോണിങ് സാബ്”

“അരേ കിഷ്ക്കൂ, ഇത്രനേരത്തെ ബെഡ് ടീ കൊണ്ടുവന്നതെന്തിനാണ്? മണി മൂന്നല്ലേ ആയുള്ളൂ.”

“ഇന്നു ഗ്രെനേഡ് ഫയറിങ്ങാണു സാബ്.”

യൂണിഫോറം ധരിച്ച് എല്ലാവരും തയ്യാറായി. ഷോട്ടാ പിട്ടുവിൽ ഹാവർസാക്ക് ലഞ്ചുനിറച്ച് പുറത്തുവച്ചു കെട്ടി. വാട്ടർ ബോട്ടിലിൽ വെള്ളം നിറച്ച് പിന്നിൽ തൂക്കി. കണം കാലിൽ ആംഗ്ലേറ്റു കെട്ടി. പച്ച ക്കുപ്പായത്തിന്റെ കൈമടക്ക് അഴിച്ചിട്ട് കണം കൈയിൽ ബട്ടണിട്ടു. താമ സിയാതെ ഫയറിങ് റേഞ്ചിലേക്കു നീങ്ങും.

റെജിമെന്റിന്റെ അമ്പലത്തിലെ പ്രഭാതപൂജയ്ക്ക് എല്ലാ ജേ സി ഓമാരും ഹാജരുണ്ടായിരുന്നു. യൂണിഫോറം ധരിച്ചുകൊണ്ട് അവർ അമ്പ ലത്തിലെത്തുന്നത് ആദ്യമായാണ്. ആരതിയിറക്കി ദീപമേറ്റിയ താലവു മായി പണ്ഡിത്ജി ഇറങ്ങിവന്നു. എല്ലാവർക്കും അയാൾ കുങ്കുമപ്പൊട്ടു ചാർത്തി. അവർ പുറത്തിറങ്ങി.

ഒരു സ്ക്വാഡായി അവർ മാർച്ചു ചെയ്തു. നേരെ യുദ്ധസ്മാരക ത്തിനടുത്തെത്തി. അതിനു മുമ്പിൽ ജേ സി ഓമാർ നിരന്നുനിന്നു. മുമ്പിൽ സുബേദാർ മേജർ.

"ജേ സി ഓസ്, സാവ്ധാൻ"

"ജേ സി ഓസ് സല്യൂട്ട്"

കുങ്കുമപ്പൊട്ടിൽ വിരൽ വരത്തക്കവണ്ണം അവർ സല്യൂട്ടു ചെയ്തു നിന്നു.

"ജേ സി ഓസ്, ഹാൻഡ്സ് ഡൗൺ"

ഒരു നിമിഷം കൂടി അവർ അതിനുമുമ്പിൽ നിന്നു.

റെജിമെന്റ് അവിടെ വന്നിട്ട് അനവധി നാളുകളായി. റൈഫിൾ ഫയ റിങ്ങും ഗ്രെനേഡ് ഫയറിങ്ങും എത്രയോ തവണ നടന്നിരിക്കുന്നു. അന്നൊന്നും ആരും യൂണിഫാറമിട്ടുകൊണ്ട് അമ്പലത്തിൽ പോയിട്ടില്ല. യുദ്ധസ്മാരകത്തിനു ബഹുമതി അർപ്പിക്കാൻ പോയിട്ടില്ല.

വാഹനങ്ങൾ തയ്യാറായി. മുമ്പിൽ ഒരു വണ്ടി നിറയെ ഓഫീസർമാർ. അതിനു പുറകിലുള്ള വണ്ടിയിൽ, ചുറ്റും മണൽച്ചാക്കുവച്ച് അതിനുള്ളിൽ സംഹാരശക്തി കുടികൊള്ളുന്ന ഗ്രെനേഡുകൾ. അതിനും പുറകിൽ ജേ സി ഓമാർക്കുള്ള ട്രക്ക്. സുബേദാർ മേജർ ഡ്രൈവറുടെ കൂടെ ക്യാബി നിൽ ഇരുന്നു. ഏറ്റവും പുറകിലായി ജവാന്മാർക്കുള്ള ട്രക്കുകൾ.

ഒരാഴ്ച മുമ്പാണ്. ഒരുദിവസം കേണൽ ചോദിച്ചു.

"എസ് എം സാബ്, നമ്മുടെ കൈയിൽ പ്രാക്ടീസിന് എത്ര ഗ്രെനേ ഡുണ്ട്."

"അഞ്ഞൂറിലധികമുണ്ട് സാബ്"

"എത്ര പേരു വേണ്ടിവരും"

"കഴിയുന്നത്ര ജവാന്മാരെ കൊണ്ടുപോകാം. ബാക്കി ഞങ്ങളുമു ണ്ടല്ലോ."

"ഓഹോ. ശരി. അറേഞ്ചുമെന്റുകൾ എല്ലാം കഴിഞ്ഞോ? റേഞ്ചു ശരി പ്പെടുത്തിയോ?"

“ഏർപ്പാടുകളെല്ലാം ഏതാണ്ടായി. റേഞ്ചു ശരിയാക്കാൻ ഒരു ജേസി ഓയും അഞ്ചാറു ജവാന്മാരും പോകുന്നുണ്ട്. സാർ, പിന്നെ ഫയറിങ്ങിന്റെ ബട്ട് ഓഫീസർ ആരാണ്? ആരൊക്കെയാണ് ഫയറിങ്ങിനു വരുന്ന മറ്റു ഓഫീസർമാർ?”

കേണൽ ആലോചിക്കുന്നതുപോലെ ഇരുന്നു.

“ഞാനും അഡ്ജ്ജുറ്റന്റും ഒഴിച്ചുള്ള ഓഫീസർമാരെല്ലാവരും ഇക്കുറി ഫയറിങ്ങിൽ പങ്കെടുക്കട്ടെ. ഞാനും അഡ്ജ്ജുറ്റന്റും ഇടയ്ക്കൊന്നു വന്നു നോക്കിയിട്ട് പോന്നോളാം. ബട്ട് ഓഫീസർ മേജർ രത്തൻസിങ് ആയിരിക്കും. ഇന്നത്തെ പാർട്ട് വൺ ഓർഡറിൽ അക്കാര്യങ്ങൾ പബ്ലിഷ് ചെയ്യുന്നുണ്ട്.”

രണ്ടോ മൂന്നോ ഓഫീസർമാരിൽ കൂടുതൽ അന്നോളം ഫയറിങ് റേഞ്ചിൽ പോയിട്ടില്ല. ഈ പ്രത്യേക തയ്യാറെടുപ്പിൽ സുബേദാർ മേജർ അത്ഭുതപ്പെട്ടില്ല. കേണൽ ആലോചിക്കുന്നതുപോലെയിരുന്നത് വെറും നാട്യമായിരുന്നു. കാര്യങ്ങൾ നേരത്തെ പ്ലാൻ ചെയ്ത് ഉറപ്പിച്ചിരുന്നു. സുബേദാർ മേജർ പറഞ്ഞു.

“ഓക്കെ സാബ്. റാം റാം ഞാനിറങ്ങുന്നു.”

ഉണരുന്ന പ്രഭാതം സുബേദാർ മേജർ രാജന്റെ കട്ടിലിലിരുന്നു.

അങ്ങ് ദില്ലിയിൽ നാഷണൽ സ്റ്റേഡിയത്തിനു മുമ്പിൽ ജിംനേഷ്യത്തിലെ ബാർ ഒഴിഞ്ഞുകിടന്നു. തലപൊട്ടിച്ചിതറിയ ഒരു രൂപം. അതിൽനിന്നുയർന്നുവന്ന മറ്റൊരു രൂപം.

“എന്റെ മോൻ”

അയാൾ രാജനെ തലോടി. രാജൻ അനങ്ങാതെ ഇരുന്നു കൊടുത്തു.

“ഞാൻ തിരിച്ചുവരുമോ രാജൻ”

“തീർച്ചയായും വരും സാർ.”

“എന്താണുറപ്പ്?”

“എനിക്കുറപ്പുണ്ട് സർ”

സുബേദാർ മേജർ ചിരിച്ചു. ദുഃഖത്തിന്റെ ചിരി.

“ഞാൻ വന്നേക്കാം, വരാതിരുന്നേക്കാം. അതിനു പ്രസക്തിയില്ല. നമ്മുടെ ഈ കഥ പരക്കണം. അതുകൊണ്ട് ഇന്നുമുതൽ രാജനത് പറയണം. നിനക്കു മുമ്പിൽ കാണുന്നവരോടെല്ലാം പറയണം.”

“ഞാൻ പറയും സാർ. നാടു നീളെ നടന്നു പറയും. അവധിയിൽ നാട്ടിൽ ചെല്ലുമ്പോൾ പറയും. തീവണ്ടിയിൽ യാത്ര ചെയ്യുമ്പോൾ പറയും. അങ്ങനെ പറഞ്ഞുപറഞ്ഞ് ഞാൻ കിളവനാകും. അന്നു ഞാൻ മുത്തശ്ശിക്കഥപോലെ കുട്ടികൾക്കു പറഞ്ഞുകൊടുക്കും. സാറിന്റെ കഥ.”

സുബേദാർ മേജർ, രാജനെ നെഞ്ചോടുചേർത്തു പുണർന്നു. എത്ര നേരം അവരങ്ങനെ നിന്നുവെന്നറിഞ്ഞുകൂടാ. ക്വാർട്ടർ ഗാർഡിൽ

ബ്യൂഗിൾ മുഴങ്ങി. റിവെലിയുടെ സമയമായിരിക്കുന്നു. നൂറ്റാണ്ടുകളായി പടയോട്ടത്തിന്റെ ചിഹ്നമായി നിലകൊള്ളുന്ന ബ്യൂഗിൾ.

പണ്ടെല്ലാം നടന്നിരുന്നത് ധർമ്മയുദ്ധങ്ങളായിരുന്നു. സൂര്യനുദിച്ച് ഒരു കൃത്യസമയത്ത് യുദ്ധമാരംഭിക്കും. അതിന്റെ മുമ്പേ ബ്യൂഗിളിന്റെ ശബ്ദമുയരും. ഇരുചേരിക്കാരും താന്താങ്ങളുടെ പാളയത്തിൽ കൊടി ഉയർത്തും. അതോടെ യുദ്ധം ആരംഭിക്കുകയായി. വൈകുന്നേരം സൂര്യൻ കടലിൽ മുഴുവനായി താഴും മുമ്പേ ബ്യൂഗിൾ വീണ്ടും ശബ്ദിക്കും. ബ്യൂഗിളിന്റെ നീണ്ടുമെലിഞ്ഞ ശബ്ദത്തിൽ വീണ്ടും കൊടികളിറങ്ങും. മരിച്ചുവീണ സൈനികർക്കുവേണ്ടി ജീവനുള്ള ഓരോ സൈനികനും അറ്റൻഷനായിനിന്ന്, തലകുനിച്ചുനിന്ന്, ബ്യൂഗിളിന്റെ കരച്ചിൽ നില്ക്കുംവരെ പ്രാർത്ഥിക്കും. നിശ്ശബ്ദരായി നിന്ന് ആദരാഞ്ജലികൾ അർപ്പിക്കും. റിട്രീറ്റ്. അതോടെ അന്നത്തെ യുദ്ധം തീരും.

ഇന്ന് ക്വാർട്ടർ ഗാർഡിൽ കൊടി കയറ്റാനും ഇറക്കാനും നേരത്ത് നടത്തുന്ന ഒരു ചടങ്ങു മാത്രമാണ് ബ്യൂഗിൾ ഊത്ത്. കാരണം ആ യുദ്ധത്തിന്റെ ആധുനികതയിലൂടെ യുദ്ധത്തിലെ ധർമ്മാധർമ്മങ്ങൾ മാറ്റിനിർവ്വചിക്കപ്പെട്ടിരിക്കുന്നു.

എങ്കിലും ഇപ്പോൾ കേട്ടത് ബ്യൂഗിളിന്റെ ആ ശബ്ദമല്ല.

ഭാരതപ്പഴമയിലലിഞ്ഞ് പുതുമയിലേക്കൊഴുകിയെത്തിയിരിക്കുന്ന പാഞ്ചജന്യം. ധർമ്മസമരത്തിനുള്ള ആഹ്വാനം.

"എങ്കിൽ ഞാൻ പോകട്ടെ രാജൻ."

രാജൻ തന്നത്താൻ സുബേദാർ മേജറിൽനിന്നു വേർപെടുത്തി.

രാജൻ അറ്റൻഷനായിനിന്നു പറഞ്ഞു.

"ജയ്ഹിന്ദ് സാബ്"

"ജയ്ഹിന്ദ്"

സുബേദാർ മേജർ രാജന്റെ മുഖത്തുനോക്കാതെ പെട്ടെന്ന് തിരിഞ്ഞു നടന്നു.

മുമ്പിലോടുന്ന വണ്ടിയിൽ മണൽച്ചാക്കുകൾ കൊണ്ടുതീർത്ത ഭിത്തിക്കുള്ളിൽ വച്ചിരിക്കുന്ന പെട്ടികൾക്കുള്ളിൽ അനേകമായിരങ്ങളെ സംഹരിക്കാനുള്ള ശക്തി ഉൾക്കൊണ്ട് കൊച്ചു കൊച്ചു ഗ്രെനേഡുകളിരുന്നു ചിരിച്ചു. നാശത്തിന്റെ ചിരി.

അദിവാസിച്ചാളകളിൽ ഒരു കരച്ചിൽ. സുബേദാർ മേജർ ശ്രദ്ധിച്ചു. അത് അടുത്തടുത്തു വരികയാണ്. അയാൾ കണ്ടു. കാറ്റിൽപ്പറക്കുന്ന വെളുത്ത മേലങ്കി മാത്രമണിഞ്ഞ് ജലകന്യക. അവൾ നടക്കുകയല്ല, ഒഴുകുകയാണ്. അവളുടെ കരച്ചിലിന് നൂറ്റാണ്ടുകളുടെ പഴക്കമുണ്ട്.

പാപജന്യമായ മനസ്സുമായി മരുഭൂമിയിൽ വരുന്നവരെത്തേടി അവൾ അലയുകയാണ്. അവൾ അടുത്തടുത്തു വന്നു. നിന്നില്ല. ഒഴുകി. മുമ്പേ

പോകുന്ന വണ്ടിയിലെ മണൽച്ചാക്കിന്മേൽ അവളിരുന്നു ചിരിച്ചു. പിന്നെ സാവധാനം ഗ്രെനേഡു നിറച്ച പെട്ടികളിലേക്ക് അലിഞ്ഞുചേർന്ന് അരൂപിയായി. ഉരുളുന്ന ചക്രങ്ങളുടെ കലപിലകൾക്കിടയിൽ അവളുടെ കരച്ചിൽ മാത്രം അയാൾ കേട്ടു.

പത്തരമണിക്കാണ് അവർ ഗ്രെനേഡു ഫയറിങ് റേഞ്ചിലെത്തിയത്. ജേ സി ഓമാരും ഓഫീസർമാരും റേഞ്ചിന്റെ സുരക്ഷിതത്വം പരിശോധിച്ചു.

ജനവാസം അല്പം പോലുമില്ലാത്ത ഇടം. ഒരാൾപ്പൊക്കത്തിൽ കെട്ടിപ്പൊക്കിയ കോൺക്രീറ്റു ഭിത്തി. ഗ്രെനേഡ് ഇപ്പുറത്തുനിന്ന് അപ്പുറത്തേക്കെറിയും. അത് അവിടെ വീണു തകരും. അതിന്റെ ചില്ലുകൾ പറക്കുന്ന വഴിയിലുള്ളവരെല്ലാം നശിക്കും. പക്ഷേ, അതേല്ക്കാൻ കോൺക്രീറ്റു ഭിത്തിയും മണൽത്തരികളും മാത്രമേ ഉണ്ടായിരിക്കുകയുള്ളൂ.

വാഹനങ്ങൾ അകലെ മാറ്റി. സ്ഫോടകങ്ങൾ ഇറക്കിവച്ചു. ജവാന്മാർ കാവൽ നിന്നു. ഗ്രെനേഡിന്റെ ഫയറിങ് തുടങ്ങുംമുമ്പേ ദൂരെയായി റേഞ്ചിനു ചുറ്റും ചെങ്കൊടി വാഹകരായ ജവാന്മാരെ സെൻട്രി നിർത്തും. അറിയാതെ അതു വഴി കടന്നുവരാനിടയുള്ള ജനങ്ങളറിയണം, അവിടെ അപായം പതുങ്ങിയിരിക്കുന്നുവെന്ന്.

ഗ്രെനേഡ് ഫയറിങ് തുടങ്ങുന്നതിനുമുമ്പ് ഒരു ഡെമോൺസ്ട്രേഷൻ കൊടുക്കും. ഗ്രെനേഡെന്നാൽ വളരെ ലോലമായ മാരകായുധമാണ്. സൂക്ഷിച്ചില്ലെങ്കിൽ എറിയുന്ന ആളും മരിച്ചുവീഴും.

മേജർ രത്തൻസിങ്ങിന്റെ കണ്ണുകൾ ആരെയോ തേടി നടന്നു. കുറച്ചകലെ, വെള്ളം നിറച്ച വണ്ടിക്കടുത്ത് ബക്കറ്റുമായി ഓംപ്രകാശ് ശർമ്മ നില്ക്കുന്നതയാൾ കണ്ടു.

ക്യാപ്റ്റൻ ഗുർജർ തന്റെ എതിർ സാക്ഷിയെ, ശക്തനായ സാക്ഷിയെ ഗ്രെനേഡെടുത്തു പൊടി തട്ടുന്നവരുടെ കൂട്ടത്തിൽ ഉന്നം തെറ്റാതെ കണ്ടു.

എന്നാൽ സുബേദാർ മേജറുടെ കണ്ണുകൾ ക്യാപ്റ്റൻ ഗുർജറിലും മേജർ രത്തൻസിങ്ങിലും ആഴ്ന്നിറങ്ങി നിന്നതവർ അറിഞ്ഞതേയില്ല.

ആ കണ്ണുകളിൽ കോളേജ് കോ-ഓപ്പറേറ്റീവ് സൊസൈറ്റിയുടെ അടയാളമുള്ള നീലച്ചട്ടയുള്ള പുസ്തകത്തിന്റെ താളുകൾ തെളിഞ്ഞുനിന്നു.

*......... വെൻ സപ്രഷൻ ആന്റ് ഒപ്രഷൻ ബിഗിൻ ടു ത്രെട്ടൺ ദ് എക്സിസ്റ്റൻസ് ഇറ്റ്സെൽഫ് ദ റെവല്യൂഷൻ ടേക്സ് പ്ലേസ്..... ആന്റ് ദി ഫ്രഞ്ച് റെവല്യൂഷൻ വാസ് ഏ ......

"ഞാൻ തന്നെ ഡെമോൺസ്ട്രേറ്റു ചെയ്യാം" സുബേദാർ മേജർ പറഞ്ഞു.

---

* *അടിച്ചിരുത്തിയും അടിച്ചമർത്തിയുമുള്ള ഭരണം നിലനില്പിനെത്തന്നെ ചോദ്യം ചെയ്യുമ്പോൾ വിപ്ലവം ഉടലെടുക്കുന്നു.*

ഫയറിങ്ങിന്റെ ആരംഭം കുറിച്ചുകൊണ്ട് ബ്യൂഗിൾ ശബ്ദിച്ചു. ഒരു ധർമ്മയുദ്ധത്തിന്റെ ആരംഭം.

ഹുക്കുംസിങ് ഒരു ഗ്രേനേഡ് കൊണ്ടുവന്നു കൊടുത്തു. ജവാന്മാരും അടുത്തുവന്നു.

സുബേദാർ മേജർ പറഞ്ഞു.

"ജവാന്മാർക്കെല്ലാം മറ്റേതെങ്കിലും ജേ സി ഓ ഡെമോൺസ്ട്രേഷൻ തരും. ജവാന്മാരെല്ലാം അകലെ വണ്ടികൾക്കടുത്തുപോയി നില്ക്കുക. ഞാൻ ഓഫീസർ സഹ്ബാന്മാർക്ക് ഒരു ചെറിയ ഡെമോൺസ്ട്രേഷൻ കൊടുക്കാൻ പോവുകയാണ്.

ജവാന്മാരെല്ലാം പിൻവാങ്ങി.

ഓഫീസർമാരും ജേ സി ഓമാരും റേഞ്ചിന്റെ മുൻഭാഗം ഒഴിച്ചിട്ട് അർദ്ധവൃത്തത്തിൽ നിരന്നു നിന്നു.

സുബേദാർ മേജർ ഗ്രേനേഡ് കൈയിലെടുത്തു. അയാൾ ഒരു അദ്ധ്യാപകനെപ്പോലെ പറഞ്ഞു.

"ഒരു ചെറിയ മാമ്പഴത്തിന്റെ വലിപ്പം മാത്രമേ ഗ്രേനേഡിനുള്ളൂ. മനുഷ്യന്റെ മുഷ്ടിയിലൊതുങ്ങാൻ മാത്രം വലിപ്പമുള്ള ഈ കൃതി സംഹാരമൂർത്തിയാണ്. പുറത്തു കാണുന്ന ഈ ലിവർ ഇവന്റെ ജീവദാതാവാണ്. അവനെ വലതുകൈയുടെ തള്ളവിരൽകൊണ്ട് അമർത്തിപ്പിടിക്കുക. എന്നിട്ട് മുകളിൽ കാണുന്ന താക്കോൽ വളയത്തിൽ പിടിച്ച് വലിച്ച് അതിൽ ഘടിപ്പിച്ചിരിക്കുന്ന പിൻ ഊരുക. കൈ അയഞ്ഞാൽ, അമർത്തിപ്പിടിച്ച ലിവർ അയഞ്ഞാൽ നാലു സെക്കന്റിൽ അവന്റെ സകല ശക്തിയും പുറത്തുവരും."

അയാൾ ഗ്രേനേഡിന്റെ ലിവർ വലതു കൈയുടെ കൈപ്പത്തികൊണ്ടമർത്തിപ്പിടിച്ച് ഇടതുകൈകൊണ്ട് താക്കോൽ വളയം വലിച്ചൂരി.

സുബേദാർ മേജർ ഗ്രേനേഡ് മതിലിനപ്പുറം റേഞ്ചിലേക്കെറിയുന്നതും കാത്ത് അവർ നിന്നു. അയാൾ റേഞ്ചിലേക്കത് എറിഞ്ഞില്ല.

മുമ്പോട്ടു നീട്ടിയ കൈയുമായി അയാൾ പറഞ്ഞു.

"ഇനി നടക്കാൻ പോകുന്നതെന്തെന്നു കണ്ടോളൂ. വി ആർ ഗോയിങ് ടു കണ്ടക്ട്, ഏ ഹണ്ട് ഏ റോയൽ ഹണ്ട്. യെസ് പള്ളിവേട്ട ഹ ഹ ഹ ഹാ...."

രാക്ഷസീയമായ അട്ടഹാസം. നാളുകൾക്കുമുമ്പ് ഓഫീസർ മെസ്സിന്റെ ലഹരിയിൽ കുതിർന്ന അവ്യക്തമായ ഓർമ്മകൾ ഓളം തല്ലി. ഓഫീസർമാർ അന്ധാളിച്ചുനിന്നു.

സുബേദാർ മേജർ വീണ്ടും ചിരിച്ചു.

"പള്ളിവേട്ട. സത്യമായും, സത്യമായും ഒരു പള്ളിവേട്ട. ഹ ഹ ഹ...."

അവർക്കെന്തെങ്കിലും ചെയ്യാൻ കഴിയുന്നതിനു മുമ്പേ അയാളുടെ ചിരിയുടെ ഭീകരതയെ ഭഞ്ജിച്ചുകൊണ്ട് ഗ്രേനേഡ് ഓഫീസർമാരും ജേ

സി ഓമാരും നിരന്ന അർദ്ധവൃത്തത്തിനു മുമ്പിൽ വീണു തകർന്നു.

മണൽത്തരികൾ നടുങ്ങി. ഭൂമികറങ്ങി. ചൂടുള്ള കാറ്റിലുയർന്നു പൊങ്ങിയ പൊടിപടലങ്ങളിലേക്ക്, മനുഷ്യശരീരങ്ങളിലേക്ക് ചില്ക്കയുടെ രൂപത്തിൽ തറഞ്ഞു കയറി. സംസാഹം നടത്തിയ ജലകന്യക കരഞ്ഞു കരഞ്ഞു മറഞ്ഞു.

കിഷൻസിങ്ങിന്റെ ഇടത്തേ പോക്കറ്റിന്റെ മദ്ധ്യഭാഗത്തു നിന്നൂർന്നു വീണ ചോരയ്ക്ക് അത്തറിന്റെ മണമുണ്ടായിരുന്നു.

അവരിൽ പലരും ഛർദ്ദിച്ച രക്തത്തിന് മദ്യത്തിന്റെ ലഹരിയുണ്ടായിരുന്നു...

ഉച്ചയ്ക്ക് ഒരു മണിക്കാണ് കേണലിനു വിവരം കിട്ടിയത്. ഉടനെ തന്നെ അയാൾ ഓഫീസർ മെസ്സിലെ തന്റെ മുറിയിലേക്കുപോയി. അഡ്ജ്ജുറ്റന്റിനു ടെലിഫോൺ ചെയ്തു: “ഒന്നിവിടെ വരെ വരണം.”

അയാൾ കബോഡിൽനിന്ന് കുപ്പി പുറത്തെടുത്ത് അപ്പാടെ മോന്തി. അഡ്ജ്ജുറ്റന്റു വന്നു.

അയാൾ പറഞ്ഞു.

“സംഗതികളെല്ലാം കുഴഞ്ഞു. എന്താ ചെയ്ക”

“നിങ്ങളൊന്നും ചെയ്യേണ്ടി വരികയില്ല”

നീട്ടിയ കൈയിൽ കൈത്തോക്കു ചൂണ്ടി സംഹാരരുദ്രയായി, വെള്ളയുടുപ്പിട്ട് മുടിയഴിച്ചിട്ട് അവൾ നിന്നു.

കൈത്തോക്കിന്റെ കാഞ്ചി വലിഞ്ഞു.

കേണലിനു പോകാൻ ജീപ്പുമായിച്ചെന്ന ഡ്രൈവർ കണ്ടു; വെള്ളയുടുപ്പിട്ട തലമുടിയഴിച്ചിട്ട സ്ത്രീരൂപം കമ്പിവേലിയിലൂടെ നുഴഞ്ഞുകടന്ന് അരൂപിയാകുന്നു.

ഉച്ചയ്ക്ക് ഊണുമൊരുക്കി അവൾ കാത്തിരുന്നു. റെജിമെന്റിലെ ടു ഐ സിയുടെ റെസിഡൻസിലെ ടെലിഫോൺ ശബ്ദിച്ചു. അവൾ റിസീവറെടുത്തു. ഓംപ്രകാശ് ശർമ്മയുടെ ശബ്ദം അവൾ തിരിച്ചറിഞ്ഞു.

“ഫയറിങ് റേഞ്ചിൽ ഒരപകടം. ഗ്രെനേഡുപൊട്ടി മേജർ സാബു മരിച്ചു.” അയാൾ പറഞ്ഞു.

ഫയറിങ് റേഞ്ചിൽ ഗ്രെനേഡ് പൊട്ടിച്ച് തന്നെ വിധവയാക്കി എന്നാണവൾ കേട്ടത്.

അവൾ വിധവയായി. വളകളൂരി. മംഗല്യസൂത്രമൂരി. തലയിലെ ‘മാംഗിൽ’ നിറച്ച കുങ്കുമം കഴുകിയൊഴുക്കി. നിറമുള്ള വസ്ത്രം മാറ്റി. പരിശുദ്ധിയുടെ അടയാളമായ വെള്ളയുടുപ്പിട്ട് ഈറനായ മുടിയഴിച്ചിട്ട് അവൾ നിന്നു.

ഏറെനേരം കാത്തുനിന്നിട്ടും കാണാതായപ്പോൾ, ഡ്രൈവർ കേണ

ലിന്റെ മുറിയിലേക്കു നടന്നു. അവിടെ കേണലും അഡ്ജ്ജുറ്റന്റും കേണലിന്റെ കൈത്തോക്കും മരിച്ചു കിടന്നു.

അകത്തും പുറത്തും ചൂട്. ശരീരത്തിൽ ഒരു തോർത്തുമുണ്ടു നനച്ചിട്ട് അലസനായി രാജനിരുന്നു. വെള്ളയുടുപ്പിട്ട് തലമുടിയഴിച്ചിട്ട് അവൾ അവനു മുമ്പിൽ നിന്നു.

"മനസ്സിലായില്ലേ?"

"മനസ്സിലായി"

"എന്തിനാണ് വന്നതെന്നറിയാമോ?"

"അറിയില്ല"

"തന്നെ കൊല്ലാൻ"

അവൻ ചിരിച്ചു.

"മരിക്കാൻ പേടിയില്ല. പക്ഷേ, ഞാനൊരു കഥ പറയും വരെ സമയം തരണം."

"ആട്ടെ. വേഗം പറയൂ"

അവൻ പറഞ്ഞു. സുബേദാർ മേജറുടെ കഥ. കഥ പുരോഗമിക്കുമ്പോൾ അവളുടെ കണ്ണിൽനിന്ന് ധാരമുറിയാതെ കണ്ണീരൊഴുകുന്നുണ്ടായിരുന്നു.

കഥ തീർന്നപ്പോൾ അവൻ പറഞ്ഞു:

"ഞാൻ മരിക്കും. പക്ഷേ, എന്റെ മരണശേഷം നിങ്ങളീക്കഥ മറ്റുള്ളവരോടു പറയണം."

"എനിക്കു തന്നെ കൊല്ലാനാവുമെന്ന് തോന്നുന്നില്ല."

വെള്ളയുടുപ്പിട്ട തലമുടിയഴിച്ചിട്ട കരയുന്ന സ്ത്രീ രൂപം കമ്പിവേലി പഴുതിലൂടെ അരൂപിയായി.

സ്കൂളിൽ നിന്നെത്തിയ മകനെ മാറോടണച്ചു നിർത്തി തൃപ്താരത്തൻ കരഞ്ഞു.

"നിന്റെ അമ്മ ഇന്നുമുതൽ പതിവ്രതയായി മകനേ..."

ആകാംക്ഷയോടെ കാത്തുനിന്ന പട്ടാളക്കാർ മാത്രമടങ്ങുന്ന ജനതതി. അതിനു മുമ്പിൽ തയ്യാറായി നില്ക്കുന്ന ഫയറിങ് സ്ക്വാഡ്. അവർക്കു മുമ്പിൽ രാജൻ നില്ക്കുന്നു. കൈകളിൽ ഇരുമ്പു കുരുക്കിട്ട്, ക്ഷീണിതനായി.

എന്നാൽ ശബ്ദം ഉറച്ചതായിരുന്നു.

"രാജ്യരക്ഷയ്ക്കു നിയോഗിക്കപ്പെട്ട സൈനികൻ. ലോകത്തിലെ ഏതു രാജ്യത്തും ഒരുപോലെ തന്നെ. അടിച്ചമർത്തപ്പെട്ടു കിടക്കുന്നവൻ. ആത്മാഭിമാനമില്ലാത്തവൻ. അവനെ മിഥ്യാഭിമാനത്തിന്റെ കാവൽനായ്ക്കൾ കൊന്നു ചോര കുടിക്കരുതെന്ന് അദ്ദേഹം ആഗ്രഹിച്ചു....

സൊ ദ ഗ്രെനേഡ് ഫയറിങ് വാസ് ഏ ബ്ലഡി ഡ്രാമ ഇൻകോഴ്സ്

ഓഫ് വിച്ച് ദ സുബേദാർ മേജർ എക്സിക്യൂട്ടഡ് ദി ഓഫീസേഴ്സ് ആന്റ് സാക്രിഫൈഡ് ദി ജേ സി ഓസ് ആന്റ് ഹിം സെൽഫ്....."

"മുൽജിം കെ ഊപ്പർ ഫയർ കരേഗാ, സ്കോഡ് ഫയർ"

തോക്കുകൾ ശബ്ദിച്ചു.

രാജ്യം പുരോഗമിക്കുകയും രാജ്യാതിർത്തികൾ വിസ്തൃതമാവുകയും ചെയ്തു.

കടൽറാണിയുടെ മകളായ ജലകന്യക പള്ളിവേട്ട കഴിഞ്ഞ് പാപജന്യമായ മനസ്സുമായി മണൽക്കാട്ടിൽ വരുന്നവരെത്തേടി പിളർന്ന പരമാണുക്കളുടെ രൂപത്തിൽ വിവേചനശക്തി നശിച്ച അണുപ്രസരമായി കരഞ്ഞു കരഞ്ഞു നടന്നു.

മരുഭൂമിയിലെ ആദിവാസികൾ തങ്ങളുടെ ആദിമാതാവിന്റെ മോചനത്തിനുവേണ്ടി, പൈസയ്ക്കുവേണ്ടി വിയർത്തു കുളിച്ച് പട്ടാളക്കാരായ പരപുരുഷന്മാർക്കടിയിൽ പ്രളയവും കാത്തു കിടന്നു.

9 789388 485371

Printed by Libri Plureos GmbH in Hamburg,
Germany